SÁCH DẠY NẤU ĂN CHUẨN BỊ BỮA ĂN LÀNH MẠNH

I0398972

100 CÔNG THỨC NẤU ĂN LÀNH MẠNH CHO LƯỢNG CALO THẤP VÀ 6 KẾ HOẠCH BỮA ĂN HÀNG TUẦN TỪNG BƯỚC

Bình Linh

Đã đăng ký Bản quyền.

từ chối trách nhiệm

Thông tin trong Sách điện tử này nhằm mục đích phục vụ như một bộ sưu tập toàn diện các chiến lược mà tác giả của Sách điện tử này đã thực hiện nghiên cứu. Tóm tắt, chiến lược, mẹo và thủ thuật chỉ là đề xuất của tác giả và việc đọc Sách điện tử này sẽ không đảm bảo rằng kết quả của một người sẽ phản ánh chính xác kết quả của tác giả. Tác giả của Sách điện tử đã thực hiện tất cả các nỗ lực hợp lý để cung cấp thông tin hiện tại và chính xác cho người đọc Sách điện tử. Tác giả và các cộng sự của mình sẽ không chịu trách nhiệm cho bất kỳ lỗi hoặc thiếu sót không chủ ý nào có thể được tìm thấy. Tài liệu trong Sách điện tử có thể bao gồm thông tin của bên thứ ba. Tài liệu của bên thứ ba bao gồm các ý kiến được thể hiện bởi chủ sở hữu của họ. Do đó, tác giả của Sách điện tử không chịu trách nhiệm hoặc trách nhiệm pháp lý đối với bất kỳ tài liệu hoặc ý kiến của bên thứ ba nào. Cho dù là do sự phát triển của internet hay do những thay đổi không lường trước được trong chính sách của công ty và hướng dẫn gửi biên tập, những gì được coi là sự thật tại thời điểm viết bài này có thể trở nên lỗi thời hoặc không thể áp dụng được sau này.

Sách điện tử có bản quyền © 2022 với mọi quyền được bảo lưu. Việc phân phối lại, sao chép hoặc tạo tác phẩm phái sinh từ toàn bộ hoặc một phần Sách điện tử này là bất hợp pháp. Không có phần nào của báo cáo này có thể được sao chép hoặc truyền lại dưới bất kỳ hình thức nào mà không có sự cho phép rõ ràng và có chữ ký của tác giả.

Mục Lục

- MỤC LỤC 3
- GIỚI THIỆU 7
- BỮA SÁNG 8
  - 1. Bữa sáng đông lạnh Burritos 9
  - 2. Yến Mạch Qua Đêm 12
  - 3. Điểm Tâm Chay Nướng 14
  - 4. Sandwich ăn sáng tủ đông 17
  - 5. Bánh nướng xốp hạt chuối 19
  - 6. Bánh nướng xốp nhân thịt Thổ Nhĩ Kỳ 22
  - 7. Salad salsa đậu 25
  - 8. Frittata đóng gói chay 27
  - 9. Bữa sáng kiểu Mỹ 29
  - 10. Khoai lang nhồi bữa sáng 32
  - 11. Bánh sữa chua yến mạch việt quất 35
  - 12. Bát ăn sáng Phật 38
  - 13. Bánh pudding hạt chia Mason jar 41
  - 14. Pudding chanh cầu vồng 43
  - 15. Pudding dừa hạt chia nhiệt đới 45
  - 16. Yến mạch phô mai chanh việt quất 47
  - 17. Bánh mì croissant ăn sáng 49
  - 18. Yến mạch nấm tỏi 51
  - 19. Bát ăn sáng PB-Yến mạch 54
  - 20. Bánh quế protein 56
  - 21. Mini-bagel cá hồi hun khói 58
- SINH TỐ 60
  - 22. Sinh tố củ dền 61
  - 23. "Sữa lắc" bơ đậu phộng chuối 63
  - 24. Sinh tố acai berry chống oxy hóa 65
  - 25. Sinh tố dưa lưới 67

26. Sinh tố rừng đen 69
27. Sinh tố việt quất 71
28. Sinh tố gừng cà rốt 73
29. Sinh tố nữ thần kem xanh 75
30. Sinh tố kiwi vườn 77
31. Sinh tố giải độc xanh 79
32. Sinh tố đạm xanh 81
33. Sinh tố nghệ cà rốt 83
34. Sinh tố đào 85
35. Sinh tố dừa cầu vồng 87
36. Sinh tố xanh nhiệt đới 90
37. Sinh tố diêm mạch nhiệt đới 92

HỘP SNACK 94

38. Hộp snack Antipasto cho hai người 95
39. Snack chân gà cần tây hộp 97
40. Hộp cơm gà sốt hummus 99
41. Sô cô la-dâu năng lượng cắn 101
42. Hộp snack Deli 104
43. Pizza ăn vặt 106
44. Salad đậu xanh kiểu Hy Lạp 108
45. Snack khoai tây chiên cải xoăn hộp 111
48. Bánh rán protein bí ngô mini 114
49. Chong chóng rau hummus cầu vồng 117
50. Snack salsa hộp 120
51. Hummus tự làm 123
52. Đường mòn hỗn hợp 125
53. Pesto không dầu 127
54. Bánh nướng xốp trứng 129
55. Đậu phụ cắn 131
56. Gỏi gà 133
57. Quinoa Tex-Mex 135
58. Chuẩn bị bữa ăn salad cá ngừ 138

BỮA TRƯA ẤM 141

59. Bát burrito gà	142
60. Gà tikka masala	145
61. Bát gà kiểu Hy Lạp	148
62. Bát thịt bò chuẩn bị bữa ăn Hàn Quốc	152
63. Súp gà hầm và mì ramen	156
64. Bolognese hũ Mason	159
65. Mì ống lasagna	162
66. Súp giải độc gừng miso	166
67. Khoai lang nhồi	169
68. Khoai tây nhồi thịt gà Hàn Quốc	171
69. Khoai tây nhồi cải xoăn và ớt đỏ	174
70. Khoai tây nhồi gà mù tạt	177
71. Đậu đen và khoai tây nhồi Pico de Gallo	180
72. Mì bí ngòi gà tây viên	183
73. Thịt viên dễ dàng	186
74. Canh 3 Món	188
75. Nồi nấu chậm Salsa Thổ Nhĩ Kỳ	190
76. Burrito-Bowl-In-A-Jar	192
TRƯA LẠNH	**194**
77. Bát chuẩn bị bữa ăn Carnitas	195
78. Salad xúc xích Chicago	198
79. Bát taco cá	201
80. Thu hoạch xà lách lõi ngô	205
81. Nộm bông cải trâu	209
82. Bát đựng củ cải đường và cải bruxen	212
83. Salad bông cải xanh hũ	215
84. Gỏi gà hũ ky	217
85. Gỏi gà Trung Hoa hũ	220
86. Salad niçoise hũ	223
87. Bát cá ngừ cay	226
88. Nộm bắp bò bít tết	229
89. Bát khoai lang	232
90. Bát phật gà Thái Lan	235

91. Xôi gà đậu phộng kiểu Thái 239

92. Chong chóng rau muống Thổ Nhĩ Kỳ 242

93. Salad taco Thổ Nhĩ Kỳ 244

94. Xà lách hũ rất xanh 246

95. Bát chả giò bí ngòi 249

BỮA ĂN ĐÔNG LẠNH 252

96. Bí đao rán 253

97. Canh cà rốt gừng 256

98. Cơm hầm bông cải xanh và gà phô mai 259

99. Súp tortilla gà và diêm mạch 262

100. Bánh tamale Thổ Nhĩ Kỳ với vỏ bánh ngô 266

KẾT LUẬN 270

GIỚI THIỆU

Chuẩn bị bữa ăn là vũ khí bí mật của tất cả những người nổi tiếng có thân hình cân đối dễ dàng lang thang khắp LA—đó là điều mà nhiều đầu bếp riêng hàng đầu làm để giúp khách hàng của họ đi đúng hướng và vui vẻ.

Việc chuẩn bị bữa ăn giúp bạn dễ dàng có được một bữa ăn đầy đủ khẩu phần, ít calo, đầy đủ trong tầm tay của mình bất cứ lúc nào. Bằng cách chuẩn bị trước bữa ăn vào cuối tuần và chia các bữa ăn thành các phần vừa phải, được kiểm soát lượng calo, bạn sẽ dễ dàng lấy được bát bibimbap Hàn Quốc đã chuẩn bị sẵn của mình vào một buổi tối bận rộn trong tuần cũng như lấy một phiên bản nhiều natri mua ở cửa hàng hoặc một phiên bản mang đi, nhiều calo.

BỮA ĂN SÁNG

1. Bữa sáng đông lạnh Burritos

Mang lại 12 burritos

Thành phần

- ½ chén (80g) hành tây xắt nhỏ
- 1 chén (70g) nấm thái hạt lựu
- 2 chén (80g) rau bina xắt nhỏ
- 2 chén trứng (480g) gia vị taco (gói hoặc tự làm)
- 1 cốc (100g) cà chua thái hạt lựu
- 12-16 oz. (340-450g) gà tây/xúc xích nấu chín
- 12 bánh ngô (ít carb, ngũ cốc nảy mầm và lúa mì nguyên hạt đều là những lựa chọn nhẹ tuyệt vời)
- phô mai ít béo, tùy chọn

Hướng

a) Xào hành tây trong một ít bình xịt nấu ăn cho đến khi trong và mềm, chỉ trong vài phút. Thêm nấm và rau bina. Cho phép rau bina héo.

b) Đánh trứng và lòng trắng trứng với nhau. Đổ vào chảo nóng và chiên trứng cho đến khi chín.

c) Thêm thịt, gia vị taco và cà chua, khuấy đều để kết hợp và phủ lên.

d) Đổ hỗn hợp vào bánh tortillas và phủ một chút phô mai ít béo lên trên nếu muốn.

e) Gấp bánh ngô thành bánh burritos, nhét vào các cạnh sao cho phần nhân được bao kín hoàn toàn và bọc trong màng bọc thực phẩm để giữ hình dạng. Đông cứng!

f) Khi thưởng thức, bạn hâm nóng trong lò vi sóng khoảng 1-2 phút, quay nửa chừng.

2. Yến mạch qua đêm

Năng suất 1 năm

Thành phần

- ½ cốc (40g) yến mạch (loại nào cũng được!)
- ½ cốc (120mL) sữa hạnh nhân (hoặc sữa tùy thích)
- 1 muỗng bột protein sô cô la (tùy chọn)
- ¼ cốc (75g) chuối nghiền
- 2 muỗng canh sữa chua Hy Lạp
- 1 muỗng canh bơ đậu phộng
- stevia, mật ong hoặc chất làm ngọt của sự lựa chọn, để hương vị

Hướng

a) Kết hợp tất cả các thành phần trong một cái lọ, điều chỉnh độ ngọt và kết cấu cho vừa ăn.

b) Đặt lọ trong tủ lạnh qua đêm, hoặc ít nhất 4 giờ.

c) Lấy ra khỏi tủ lạnh và ăn lạnh!

d) Làm trước tối đa 5 ngày và bảo quản trong tủ lạnh.

3. Món Ăn Sáng Chay Nướng

Mang lại 12 phần ăn

Thành phần

- 1 chén (160g) hành tây, xắt nhỏ
- 1 muỗng canh tỏi băm
- 4 oz. (115g) nấm thái lát
- 1 gói cải bó xôi đông lạnh, hoặc 1 túi tươi (254g)
- 1 10 oz. (280g) túi bông cải xanh đông lạnh, rã đông
- 4 lát (112g) bánh mì làm từ lúa mì nguyên hạt hoặc ngũ cốc nảy mầm, cắt thành khối vuông (khoảng ½")
- 4 quả trứng
- 3 cốc (720g) lòng trắng trứng/bột thay thế
- 2 cốc (480 mL) sữa hạnh nhân
- ½ cốc (60g) phô mai Thụy Sĩ
- ½ thìa hạt nhục đậu khấu
- ¾ muỗng cà phê muối (hai vị)
- ½ muỗng cà phê tiêu (hai vị)
- ½ cốc (60g) phô mai cheddar ít béo

Hướng

a) Xào hành tây, tỏi, nấm và rau bina trong chảo bằng bình xịt nấu ăn (bạn có thể dùng dầu nhưng dữ liệu dinh dưỡng sẽ khác). Kết hợp với bông cải xanh rã đông. Để qua một bên.

b) Trải các viên bánh mì lên trên khay nướng.

c) Đánh đều trứng, lòng trắng trứng/chất thay thế, sữa hạnh nhân, phô mai Thụy Sĩ, nhục đậu khấu, muối và tiêu.

d) Xếp rau củ lên trên bánh mì, cố gắng duy trì 2 lớp ở mức tốt nhất có thể.

e) Đổ hỗn hợp trứng lên toàn bộ đĩa nướng, bao phủ hoàn toàn cả hai lớp bánh mì/rau củ.

f) Đậy nắp và làm lạnh qua đêm (khoảng 8 giờ).

g) Vào buổi sáng, làm nóng lò ở 350F (180C). Top nướng với pho mát cheddar. Nướng trong 50-60 phút, cho đến khi phô mai bắt đầu chuyển sang màu nâu và trứng chín.

h) Ăn nóng, tiết kiệm để hâm nóng hoặc thưởng thức lạnh sau!

i) Hạn sử dụng 5 ngày trong tủ lạnh, hoặc 3-4 tháng trong tủ đông.

4. Sandwich ăn sáng đông lạnh

Mang lại 6 bánh mì

Thành phần

- 1 ½ chén trứng (360g) hoặc lòng trắng trứng/chất thay thế, nêm muối và tiêu

- 6 bánh nướng xốp kiểu Anh (lúa mì nguyên hạt hoặc ngũ cốc nảy mầm)

- 12 lát thịt gà hoặc giăm bông

- 6 lát phô mai cheddar cắt lát mỏng

Hướng

a) Làm nóng lò ở 375F (190C).

b) Xịt bình xịt nấu ăn lên 6 khuôn ramekin nhỏ và đổ ¼ cốc (60g) hỗn hợp trứng vào mỗi khuôn. Nướng trong 15-20 phút, cho đến khi hoàn toàn được thiết lập. Đặt sang một bên và để nguội.

c) Sau khi nguội khi chạm vào, lắp ráp bánh mì. Đặt trứng lên trên bánh nướng xốp kiểu Anh, tiếp theo là 2 lát thịt nguội, 1 lát phô mai cheddar mỏng và trên cùng của bánh nướng xốp.

d) Bọc trong màng bọc thực phẩm và chuyển sang túi bảo quản bằng nhựa lớn hơn hoặc hộp bảo quản bằng nhựa.

5. Banana Nut Mini Muffins

Năng suất 24 bánh nướng xốp nhỏ

Thành phần

- 2 quả chuối, nghiền
- 1 quả trứng
- ¾ cốc (60g) bột yến mạch
- 2 muỗng canh bơ đậu phộng
- 1 muỗng cà phê vani
- ¾ muỗng cà phê bột nở
- ½ muỗng cà phê quế
- 1-2 muỗng canh cỏ ngọt hoặc chất làm ngọt dạng hạt tùy chọn, tùy khẩu vị
- ¼ cốc (30g) quả óc chó nghiền, cộng thêm phần topping nếu muốn

Hướng

a) Làm nóng lò ở 375F (190C).

b) Trộn tất cả các thành phần với nhau, kết hợp tốt. Điều chỉnh độ ngọt theo sở thích - chuối là chất làm ngọt tự nhiên tuyệt vời nên bạn có thể không cần nhiều!

c) Chuyển sang hộp bánh muffin nhỏ đã được xị t bình xị t nấu ăn, đổ đầy khoảng $\frac{3}{4}$ khuôn.

d) Nướng trong 10-12 phút, cho đến khi tăm sạch và chúng có màu nâu vàng nhạt.

e) Để nguội một chút trước khi lấy ra khỏi chảo và ngấu nghiến!

f) Bảo quản ngăn mát tủ lạnh 1 tuần, ngăn đá tủ lạnh 2-3 tháng.

6. bánh nướng xốp thịt gà tây

Mang lại 24 bánh nướng xốp thịt nhỏ

Thành phần

- 20 oz. (600g) ức gà tây nạc xay thêm
- ½ cốc (120g) lòng trắng trứng
- ½ cốc (40g) yến mạch
- 1 muỗng cà phê mù tạt vàng
- 1 muỗng cà phê mù tạt Dijon
- 1 chén (40g) rau bina xắt nhỏ
- ½ chén (80g) hành tây
- ¼ chén (45g) ớt chuông đỏ
- ¼ cốc (25g) cần tây
- 1 muỗng cà phê tỏi băm
- ½ muỗng cà phê bột tỏi muối và hạt tiêu cho vừa ăn

Hướng

a) Làm nóng lò ở 350F (180C).

b) Trộn tất cả nguyên liệu vào một cái bát.

c) Chia hỗn hợp thịt vào hộp bánh muffin nhỏ có phun bình xịt nấu ăn - dụng cụ múc bánh quy 1 muỗng canh rất tốt để phân phối.

d) Nướng trong khoảng 15-20 phút.

e) Hạn sử dụng 5 ngày trong tủ lạnh, hoặc 3-4 tháng trong tủ đông.

7. Salad salsa đậu

Năng suất khoảng 8 cốc

Thành phần

- 1 15 oz. hộp (425g) đậu đen, để ráo/rửa sạch
- 1 15 oz. lon (425g) đậu garbanzo hoặc đậu trắng, để ráo/rửa sạch
- 1 15 oz. lon (425g) bắp vàng, để ráo/rửa sạch
- 1 10 oz. lon (280g) cà chua và ớt cắt hạt lựu
- 1 muỗng canh tỏi băm
- ½ cốc (115g) hành lá xắt nhỏ
- 2 muỗng canh rau mùi
- ½ cốc (240mL) nước xốt mojo

Hướng

a) Trộn tất cả các thành phần với nhau trong một cái bát.

b) Để nguội trong tủ lạnh trong vài giờ.

c) Kéo dài đến một tuần trong tủ lạnh.

8. Frittata đóng gói chay

Mang lại 1 phần ăn

Thành phần

- 1-2 chén (180-360g) rau thái hạt lựu
- ½ chén (20g) rau bina, xắt nhỏ
- ¾ chén (180g) lòng trắng trứng nêm muối và tiêu
- Salsa cho topping

Hướng

a) Làm nóng lò trước để nướng.

b) Đun nóng chảo lớn trên lửa vừa và cao. Xịt bằng bình xịt nấu ăn chống dính.

c) Thêm rau mồng tơi. Xào trong chảo trong 3-5 phút cho đến khi rau mềm và cải bó xôi héo.

d) Đổ hỗn hợp trứng vào chảo. Cho phép thiết lập đáy (3-4 phút). Sử dụng thìa của bạn để đi xung quanh chu vi của fri tt ata và nhấc trứng đã đặt ra .

e) đặt chảo vào gà thịt trong 3 phút.

f) Cẩn thận lấy ra và đĩa. Cắt và phục vụ với salsa!

9. Bữa sáng kiểu Mỹ

Thành phần

- 12 ounce khoai tây nâu, thái hạt lựu
- 3 muỗng canh dầu ô liu, chia
- 2 tép tỏi, băm nhỏ
- $\frac{1}{2}$ thìa húng tây khô
- Muối Kosher và hạt tiêu đen mới xay, để nếm thử
- 8 quả trứng lớn, đánh nhẹ
- $\frac{1}{4}$ chén hỗn hợp phô mai Mexico ít béo cắt nhỏ
- 4 lát thịt xông khói
- 12 ounce bông cải xanh (2 đến 3 cốc)

Hướng

a) Làm nóng lò ở nhiệt độ 400 độ F. Phết nhẹ một tấm nướng hoặc phủ một lớp chống dính.

b) Trên khay nướng đã chuẩn bị sẵn, phết khoai tây với 1 thìa dầu ô liu, tỏi và cỏ xạ hương; Nêm với muối và hạt tiêu. Sắp xếp trong một lớp duy nhất. Nướng trong 25 đến 30 phút, cho đến khi vàng nâu và giòn; để qua một bên.

c) Đun nóng 2 muỗng canh dầu ô liu còn lại trong chảo lớn trên lửa vừa và cao. Thêm trứng và đánh cho đến khi chúng bắt đầu đông lại. Nêm muối và hạt tiêu và tiếp tục nấu cho đến khi đặc lại và không còn nhìn thấy chất lỏng trứng, 3 đến 5 phút. Phủ phô mai lên trên, chuyển sang một cái bát và để sang một bên.

d) Thêm thịt xông khói vào chảo và nấu cho đến khi có màu nâu và giòn, từ 6 đến 8 phút. Chuyển sang đĩa có lót khăn giấy.

e) Trong khi đó, đặt các bông cải xanh vào nồi hấp hoặc chao đặt trên khoảng 1 inch nước sôi trong chảo. Đậy nắp và hấp trong 5 phút hoặc cho đến khi mềm giòn và có màu xanh tươi.

f) Chia khoai tây, trứng, thịt xông khói và bông cải xanh vào hộp đựng thức ăn. Bảo quản ngăn mát tủ lạnh dùng được 3-4 ngày. Hâm nóng lại trong lò vi sóng trong khoảng thời gian 30 giây cho đến khi nóng đều.

10. Bữa sáng nhồi khoai lang

Thành phần

- 2 củ khoai lang vừa
- 1 muỗng canh dầu ô liu
- 2 muỗng canh ớt chuông đỏ thái hạt lựu
- 1 tép tỏi, băm nhỏ
- ½ muỗng cà phê hạt tiêu đỏ nghiền
- 4 chén rau bina bé
- 4 quả trứng lớn, đánh nhẹ
- 1 muỗng cà phê gia vị Ý
- Muối Kosher và hạt tiêu đen mới xay, để nếm thử
- ½ chén phô mai cheddar ít béo cắt nhỏ
- 1 muỗng canh hẹ tươi xắt nhỏ (tùy chọn)

Hướng

a) Làm nóng lò ở nhiệt độ 400 độ F. Đặt khoai tây lên khay nướng và nướng trong 45 phút đến 1 giờ, cho đến khi chúng mềm và dễ dàng chọc thủng bằng nĩa. Hãy ngồi cho đến khi đủ mát để xử lý. Đừng tắt lò.

b) Cắt đôi từng củ khoai tây theo chiều ngang, sau đó cẩn thận nạo phần giữa của mỗi nửa củ khoai tây, để lại khoảng ½ inch khoai tây trên vỏ. Dự trữ thị t cho sử dụng khác.

c) Đun nóng dầu ô liu trong chảo lớn trên lửa vừa và cao. Thêm ớt chuông và nấu, khuấy thường xuyên, cho đến khi mềm, 3 đến 4 phút. Khuấy tỏi và ớt đỏ, sau đó là rau bina và đảo cho đến khi héo, 2 đến 3 phút. Thêm trứng và gia vị Ý; nấu, thỉ nh thoảng khuấy bằng thìa, cho đến khi vừa đông lại, từ 2 đến 3 phút; nêm muối và hạt tiêu cho vừa ăn.

d) Thêm hỗn hợp trứng vào vỏ khoai tây và rắc phô mai. Đặt trở lại khay nướng và nướng trong lò nướng 400 độ trong 5 phút hoặc cho đến khi pho mát tan chảy.

e) Phần vào hộp đựng chuẩn bị bữa ăn. Bảo quản ngăn mát tủ lạnh dùng được 3-4 ngày. Hâm nóng lại trong lò vi sóng trong khoảng thời gian 30 giây cho đến khi nóng đều. Trang trí với hẹ, nếu muốn, và phục vụ.

11.   Bánh kếp sữa chua yến mạch việt quất

Thành phần

- ½ cộng với ⅓ chén bột mì trắng
- ½ chén yến mạch cán kiểu cũ
- 1 ½ muỗng cà phê đường
- ½ muỗng cà phê bột nở
- ½ muỗng cà phê baking soda
- ¼ muỗng cà phê muối kosher
- ¾ cốc sữa chua Hy Lạp
- ½ cốc sữa 2%
- 1 muỗng cà phê dầu ô liu
- 1 trứng lớn
- ½ chén quả việt quất
- 12 quả dâu tây, thái lát mỏng
- 2 quả kiwi, gọt vỏ và thái lát mỏng
- ¼ chén xi-rô phong

Hướng

a) Làm nóng trước vỉ nướng chống dính ở 350 độ F hoặc làm nóng chảo chống dính ở nhiệt độ trung bình cao. Phủ nhẹ vỉ nướng hoặc chảo bằng bình xịt chống dính.

b) Trong một bát lớn, kết hợp bột mì, yến mạch, đường, bột nở, muối nở và muối. Trong một cốc đo thủy tinh lớn hoặc một bát khác, trộn sữa chua, sữa, dầu ô liu và trứng với nhau. Đổ hỗn hợp ướt lên các nguyên liệu khô và khuấy bằng thìa cao su cho đến khi ẩm. Thêm quả việt quất và nhẹ nhàng quăng để kết hợp.

c) Làm theo mẻ, múc ⅓ cốc bột cho mỗi chiếc bánh kếp lên vỉ nướng và nấu cho đến khi nổi bong bóng ở mặt trên và mặt dưới có màu nâu đẹp mắt, khoảng 2 phút. Lật và nấu bánh kếp ở phía bên kia, lâu hơn từ 1 đến 2 phút.

d) Chia bánh kếp, dâu tây, kiwi và xi-rô cây phong vào các hộp đựng chuẩn bị bữa ăn. Bảo quản ngăn mát tủ lạnh dùng được 3-4 ngày. Để hâm nóng, đặt vào lò vi sóng trong khoảng thời gian 30 giây cho đến khi nóng đều.

12. bát ăn sáng hình phật

Thành phần

- 2 chén nước dùng rau ít natri
- 1 chén gạo lứt
- ¼ chén Parmesan mới bào
- 1 muỗng cà phê cỏ xạ hương khô
- Muối Kosher và hạt tiêu đen mới xay, để nếm thử
- 1 chén cải Brussels
- 1 chén cà chua bi
- 8 ounce nấm cremini
- 2 muỗng canh dầu ô liu
- 3 tép tỏi, băm nhỏ
- 1 muỗng cà phê gia vị Ý
- 4 quả trứng lớn
- 2 muỗng canh hẹ tươi xắt nhỏ (tùy chọn)

Hướng

a) Nấu cơm theo hướng dẫn trên bao bì trong một cái chảo lớn chứa nước hầm rau củ. Khuấy Parmesan và húng tây và nêm muối và hạt tiêu cho vừa ăn.

b) Làm nóng lò ở nhiệt độ 400 độ F. Phết nhẹ một tấm nướng hoặc phủ một lớp chống dính.

c) Trên khay nướng đã chuẩn bị sẵn, kết hợp cải Brussels, cà chua và nấm với dầu ô liu, tỏi và gia vị Ý; Nêm với muối và hạt tiêu. Nhẹ nhàng quăng để kết hợp và sắp xếp trong một lớp duy nhất. Nướng trong 13 đến 14 phút, cho đến khi mầm mềm.

d) Trong khi đó, đặt trứng vào một cái chảo nhỏ và ngập nước lạnh 1 inch. Đun sôi và nấu trong 1 phút. Đậy nắp chảo bằng nắp đậy kín và bắc ra khỏi bếp; để yên trong 5 đến 6 phút. Xả trứng dưới nước lạnh trong 30 giây để ngừng nấu. Gọt vỏ và cắt làm đôi.

e) Chia gạo vào các hộp đựng chuẩn bị bữa ăn. Rắc cải Brussels, cà chua, nấm và trứng lên trên, trang trí bằng hẹ nếu muốn. Đậy kín để ngăn mát tủ lạnh ăn được từ 2 đến 3 ngày. Hâm nóng lại trong lò vi sóng trong khoảng thời gian 30 giây cho đến khi nóng đều.

13. Bánh pudding hạt chia Mason jar

Thành phần

- 1 ¼ cốc sữa 2%
- 1 cốc sữa chua Hy Lạp nguyên chất 2%
- ½ chén hạt chia
- 2 thìa mật ong
- 2 muỗng canh đường
- 1 muỗng canh vỏ cam
- 2 muỗng cà phê chiết xuất vani
- ¾ cốc cam cắt múi
- ¾ chén múi quýt
- ½ chén bưởi tách múi

Hướng

a) Trong một bát lớn, trộn sữa, sữa chua Hy Lạp, hạt chia, mật ong, đường, vỏ cam, vani và muối cho đến khi kết hợp tốt.

b) Chia đều hỗn hợp vào bốn lọ thủy tinh (16 ounce). Làm lạnh qua đêm, hoặc tối đa 5 ngày.

c) Phục vụ lạnh, bên trên là cam, quýt và bưởi.

14. Pudding chanh cầu vồng

Thành phần

- 1 ¼ cốc sữa 2%
- 1 cốc sữa chua Hy Lạp nguyên chất 2%
- ½ chén hạt chia
- 2 thìa mật ong
- 2 muỗng canh đường
- 2 muỗng cà phê vỏ chanh
- 2 muỗng canh nước cốt chanh mới vắt
- 1 muỗng cà phê chiết xuất vani
- 1 chén dâu tây và quả việt quất xắt nhỏ
- ½ cốc xoài thái hạt lựu và ½ cốc kiwi thái hạt lựu

Hướng

a) Trong một bát lớn, trộn sữa, sữa chua, hạt chia, mật ong, đường, vỏ chanh, nước cốt chanh, vani và muối cho đến khi kết hợp tốt.

b) Chia đều hỗn hợp vào bốn lọ thủy tinh (16 ounce). Đậy nắp và làm lạnh qua đêm, hoặc tối đa 5 ngày.

c) Phục vụ lạnh, phủ dâu tây, xoài, kiwi và quả việt quất.

15. Pudding dừa hạt chia nhiệt đới

Thành phần

- 1 lon nước cốt dừa (13,5 ounce)
- 1 cốc sữa chua Hy Lạp nguyên chất 2%
- ½ chén hạt chia
- 2 thìa mật ong
- 2 muỗng canh đường
- 1 muỗng cà phê chiết xuất vani
- Một nhúm muối kosher
- 1 chén xoài thái hạt lựu
- 1 chén dứa thái hạt lựu
- 2 muỗng canh dừa nạo

Hướng

a) Trong một bát lớn, trộn nước cốt dừa, sữa chua, hạt chia, mật ong, đường, vani và muối cho đến khi kết hợp tốt.

b) Chia đều hỗn hợp vào bốn lọ thủy tinh (16 ounce). Đậy nắp và làm lạnh qua đêm, hoặc tối đa 5 ngày.

c) Phục vụ lạnh, phủ xoài và dứa và rắc dừa.

16. Yến mạch phô mai chanh việt quất

Thành phần

- ¼ cốc sữa chua Hy Lạp không béo
- 2 thìa sữa chua việt quất
- ¼ chén quả việt quất
- 1 muỗng cà phê vỏ chanh nạo
- 1 muỗng cà phê mật ong

Hướng

a) Kết hợp yến mạch và sữa trong bình thợ xây 16 ounce; đầu với toppings mong muốn.

b) Làm lạnh qua đêm hoặc tối đa 3 ngày; Phục vụ lạnh.

17. Bánh mì croissant ăn sáng

Thành phần

- 1 muỗng canh dầu ô liu

- 4 quả trứng lớn, đánh nhẹ

- Muối Kosher và hạt tiêu đen mới xay, để nếm thử

- 8 bánh sừng bò nhỏ, giảm một nửa theo chiều ngang

- 4 lạng giăm bông thái lát mỏng

- 4 lát phô mai cheddar, giảm một nửa

Hướng

a) Đun nóng dầu ô liu trong chảo lớn trên lửa vừa và cao. Thêm trứng và nấu, khuấy nhẹ bằng silicone hoặc thìa chịu nhiệt, cho đến khi trứng bắt đầu đông lại; Nêm với muối và hạt tiêu. Tiếp tục nấu cho đến khi đặc lại và không còn trứng lỏng nhìn thấy được, từ 3 đến 5 phút.

b) Cho trứng, giăm bông và phô mai vào bánh sừng bò để tạo thành 8 chiếc bánh mì. Bọc chặt trong bọc nhựa và đóng băng trong tối đa 1 tháng.

c) Để hâm nóng lại, hãy tháo màng bọc thực phẩm ra khỏi bánh sandwich đông lạnh và bọc trong khăn giấy. Lò vi sóng, lật nửa chừng, trong 1 đến 2 phút, cho đến khi nóng hoàn toàn.

18. Yến mạch nấm tỏi

Thành phần

- 2 chén yến mạch cán kiểu cũ
- Muối Kosher và hạt tiêu đen mới xay, để nếm thử
- 1 muỗng canh dầu ô liu
- 4 tép tỏi, băm nhỏ
- ¼ chén hẹ thái hạt lựu
- 8 ounce nấm cremini, thái lát mỏng
- ½ chén đậu Hà Lan đông lạnh
- 1 muỗng cà phê cỏ xạ hương khô
- ½ muỗng cà phê hương thảo khô
- 2 chén rau bina bé
- Vỏ bào của 1 quả chanh
- ¼ chén Parmesan mới bào (tùy chọn)

Hướng

a) Kết hợp yến mạch, 3 $\frac{1}{2}$ cốc nước và một chút muối trong nồi nhỏ trên lửa vừa. Nấu, thỉnh thoảng khuấy, cho đến khi yến mạch mềm, khoảng 5 phút.

b) Đun nóng dầu ô liu trong chảo lớn trên lửa vừa và cao. Thêm tỏi và hẹ và nấu, khuấy thường xuyên, cho đến khi có mùi thơm, khoảng 2 phút. Thêm nấm, đậu Hà Lan, húng tây và hương thảo và nấu, thỉnh thoảng khuấy, cho đến khi mềm và có màu nâu, từ 5 đến 6 phút; Nêm với muối và hạt tiêu. Cho rau bina vào xào cho đến khi héo, khoảng 2 phút.

c) Khuấy yến mạch và vỏ chanh vào rau cho đến khi kết hợp tốt. Chia hỗn hợp vào các hộp đựng chuẩn bị bữa ăn và trang trí với Parmesan, nếu muốn. Làm lạnh tối đa 3 ngày.

d) Để phục vụ, khuấy trong tối đa $\frac{1}{4}$ cốc nước, 1 muỗng canh mỗi giờ, cho đến khi đạt được độ đặc mong muốn. Sau đó, bột yến mạch có thể được hâm nóng trong lò vi sóng trong khoảng thời gian 30 giây cho đến khi được làm nóng hoàn toàn.

19. Bát ăn sáng PB-Yến mạch

Thành phần

- ½ chén yến mạch cán kiểu cũ
- Một nhúm muối kosher
- 2 muỗng canh quả mâm xôi
- 2 muỗng canh quả việt quất
- 1 muỗng canh hạnh nhân xắt nhỏ
- ½ muỗng cà phê hạt chia
- 1 quả chuối, thái lát mỏng
- 2 muỗng cà phê bơ đậu phộng, làm ấm

Hướng

a) Kết hợp 1 cốc nước, yến mạch và muối trong một cái chảo nhỏ. Nấu trên lửa vừa, thỉnh thoảng khuấy, cho đến khi yến mạch mềm, khoảng 5 phút.

b) Cho bột yến mạch vào hộp đựng chuẩn bị bữa ăn. Cho quả mâm xôi, quả việt quất, hạnh nhân, hạt chia và chuối lên trên, rưới bơ đậu phộng ấm lên trên. Bảo quản trong ngăn mát tủ lạnh từ 3 đến 4 ngày.

c) Bột yến mạch có thể được phục vụ lạnh hoặc hâm nóng. Hâm nóng lại trong lò vi sóng trong khoảng thời gian 30 giây cho đến khi nóng qua.

20. Bánh quế năng lượng protein

Thành phần

- 6 quả trứng lớn
- 2 chén phô mai
- 2 chén yến mạch cán kiểu cũ
- ½ muỗng cà phê chiết xuất vani
- Một nhúm muối kosher
- 3 cốc sữa chua nguyên chất không béo
- 1 ½ chén quả mâm xôi
- 1 ½ chén quả việt quất

Hướng

a) Làm nóng trước một chiếc bánh quế sắt ở mức trung bình cao. Tra dầu nhẹ mặt trên và mặt dưới của bàn ủi hoặc sơn phủ bằng bình xịt chống dính.

b) Kết hợp trứng, phô mai, yến mạch, vani và muối trong máy xay sinh tố và trộn cho đến khi mịn.

c) Đổ một ít ½ cốc hỗn hợp trứng vào khuôn nướng bánh quế, đóng nhẹ nhàng và nấu cho đến khi có màu vàng nâu và giòn, từ 4 đến 5 phút.

d) Đặt bánh quế, sữa chua, quả mâm xôi và quả việt quất vào hộp đựng thức ăn.

21. Thanh bánh mì nhỏ cá hồi hun khói

Thành phần

- ¼ chén ⅓ - pho mát kem ít béo, ở nhiệt độ phòng
- 1 củ hành xanh, thái lát mỏng
- 1 muỗng canh thì là tươi xắt nhỏ
- 1 muỗng cà phê vỏ chanh nạo
- ¼ muỗng cà phê bột tỏi
- 4 bánh mì nhỏ làm từ lúa mì nguyên cám
- 8 ounces cá hồi hun khói
- ½ chén dưa chuột Anh thái lát mỏng
- ½ chén hành tím xắt lát mỏng
- 2 quả cà chua mận, thái lát mỏng
- 4 muỗng cà phê bạch hoa, để ráo nước và rửa sạch

Hướng

a) Trong một bát nhỏ, kết hợp pho mát kem, hành lá, thì là, vỏ chanh và bột tỏi.

b) Cho hỗn hợp phô mai, bánh mì tròn, cá hồi, dưa chuột, hành tây, cà chua và nụ bạch hoa vào hộp đựng chuẩn bị bữa ăn và thêm chanh, nếu muốn. Những thứ này giữ trong tủ lạnh tối đa 2 ngày.

sinh tố

22. Sinh tố củ dền

Thành phần

HAI CHUẨN BỊ

- 1 (9 ounce) gói củ cải nấu chín
- 1 chén dâu tây đông lạnh
- 1 chén quả mâm xôi đông lạnh
- 1 muỗng canh hạt chia

HAI PHỤC VỤ

- 1 cốc sữa hạnh nhân vani không đường
- $\frac{1}{2}$ cốc sữa chua Hy Lạp 2%
- 2 thìa mật ong
- 1 muỗng cà phê chiết xuất vani

Hướng

a) Kết hợp củ cải đường, dâu tây, quả mâm xôi và hạt chia trong một bát lớn. Chia thành 4 túi cấp đông ziplock. Đóng băng trong tối đa một tháng, cho đến khi sẵn sàng phục vụ.

b) Cho một túi vào máy xay sinh tố và thêm $\frac{1}{4}$ cốc sữa hạnh nhân, 2 thìa sữa chua, 1 $\frac{1}{2}$ thìa mật ong và $\frac{1}{4}$ thìa vani. Xay đến khi mị n. Phục vụ ngay lập tức.

23. "Sữa lắc" chuối-bơ đậu phộng

Thành phần

HAI CHUẨN BỊ

- 3 quả chuối vừa, thái lát
- ⅓ chén bột bơ đậu phộng (chẳng hạn như PB2)
- ⅓ chén bột protein vani
- 3 cuộc đo sức
- ¼ muỗng cà phê bột quế

HAI PHỤC VỤ

- 1 cốc sữa hạnh nhân không đường
- ½ cốc sữa chua Hy Lạp
- Quế (tùy chọn)

Hướng

a) Kết hợp chuối, bột PB, bột protein, chà là và quế trong một bát lớn. Chia thành 5 túi tủ đông ziplock và đóng băng trong tối đa một tháng, cho đến khi sẵn sàng phục vụ

b) Cho một túi vào máy xay sinh tố và thêm 3 thìa sữa hạnh nhân, 1 ½ thìa sữa chua và ¼ cốc đá. Xay đến khi mịn. Rắc quế nếu dùng và dùng ngay.

24. Sinh tố acai berry chống oxy hóa

Thành phần

HAI CHUẨN BỊ

- 2 (3,88-ounce) gói acai nhuyễn đông lạnh, rã đông
- 1 chén quả mâm xôi đông lạnh
- 1 chén quả việt quất đông lạnh
- 1 chén quả mâm xôi đông lạnh
- 1 chén dâu tây đông lạnh
- ½ chén hạt lựu

HAI PHỤC VỤ

- 1½ chén nước ép lựu

Hướng

a) Kết hợp quả acai, quả mâm xôi, quả việt quất, quả mâm xôi, dâu tây và hạt lựu trong một bát lớn. Chia hỗn hợp vào 4 túi cấp đông ziplock. Đóng băng trong tối đa một tháng, cho đến khi sẵn sàng phục vụ.

b) trong một túi vào máy xay sinh tố, thêm ⅓ cốc nước ép lựu và xay cho đến khi mị n. Phục vụ ngay lập tức.

25. Sinh tố dưa hấu

Thành phần

HAI CHUẨN BỊ

- 4 chén dưa hấu đông lạnh thái hạt lựu
- 2 chén dưa đỏ thái hạt lựu
- 1 chén quả mâm xôi đông lạnh
- ⅓ cốc lá bạc hà tươi đóng gói

HAI PHỤC VỤ

- 1 cốc nước dừa
- 4 muỗng canh nước cốt chanh tươi
- 2 thìa mật ong

Hướng

a) Kết hợp dưa hấu, dưa đỏ, quả mâm xôi và bạc hà trong một bát lớn. Chia thành 4 túi cấp đông ziplock và cấp đông trong tối đa một tháng, cho đến khi sẵn sàng phục vụ.

b) ĐỂ LÀM MỘT LẦN PHỤC VỤ: Cho một túi vào máy xay sinh tố và thêm ¼ cốc nước dừa, 1 thìa nước cốt chanh và 1 ½ thìa mật ong. Xay đến khi mịn. Phục vụ ngay lập tức.

26. Sinh tố rừng đen

Thành phần

HAI CHUẨN BỊ

- 1 (16 ounce) túi anh đào ngọt đông lạnh
- 2 chén rau bina bé
- 2 muỗng canh bột ca cao
- 1 muỗng canh hạt chia

HAI PHỤC VỤ

- 1 cốc sữa hạnh nhân sô cô la không đường
- $\frac{3}{4}$ chén vani 2% sữa chua Hy Lạp
- 3 muỗng cà phê xi-rô phong
- 1 muỗng cà phê chiết xuất vani

Hướng

a) Kết hợp anh đào, rau bina, bột ca cao và hạt chia trong một bát lớn. Chia thành 4 túi cấp đông ziplock. Đóng băng trong tối đa một tháng, cho đến khi sẵn sàng phục vụ.

b) ĐỂ LÀM MỘT LẦN PHỤC VỤ: Cho một túi vào máy xay sinh tố và thêm $\frac{1}{4}$ cốc sữa hạnh nhân, 3 thìa sữa chua, $\frac{3}{4}$ thìa xi-rô phong và $\frac{1}{4}$ thìa vani. Xay đến khi mịn. Phục vụ ngay lập tức.

27. Bánh sinh tố việt quất

Thành phần

HAI CHUẨN BỊ

- 2 ½ cốc quả việt quất đông lạnh
- 1 quả chuối, thái lát
- 2 bánh quy graham quế, chia thành từng miếng
- 1 muỗng canh bơ hạnh nhân

HAI PHỤC VỤ

- 1 cốc sữa hạnh nhân vani không đường
- ½ cốc sữa chua Hy Lạp 2%
- 3 thìa cà phê mật ong

Hướng

a) Kết hợp quả việt quất, chuối, bánh quy giòn graham và bơ hạnh nhân trong một bát lớn. Chia thành 4 túi cấp đông ziplock. Đóng băng trong tối đa một tháng, cho đến khi sẵn sàng phục vụ.

b) ĐỂ LÀM MỘT LẦN PHỤC VỤ: Cho một túi vào máy xay sinh tố và thêm ¼ cốc sữa hạnh nhân, 2 thìa sữa chua và ¾ thìa mật ong. Xay đến khi mịn. Phục vụ ngay lập tức.

28. Sinh tố cà rốt gừng

Thành phần

HAI CHUẨN BỊ

- 2 quả cam, bóc vỏ, xắt nhỏ, bỏ hạt
- 2 chén cà rốt thái lát đông lạnh
- 1 $\frac{1}{2}$ chén dứa đông lạnh thái hạt lựu
- 1 muỗng canh gừng tươi gọt vỏ thái nhỏ

HAI PHỤC VỤ

- 1 cốc nước ép cà rốt
- 1 cốc sữa chua Hy Lạp vani
- 3 thìa cà phê mật ong

Hướng

a) Kết hợp cam, cà rốt, dứa và gừng trong một bát lớn. Chia thành 4 túi cấp đông ziplock. Đóng băng trong tối đa một tháng, cho đến khi sẵn sàng phục vụ.

b) ĐỂ LÀM MỘT LƯỢT PHỤC VỤ: Cho một túi vào máy xay sinh tố và thêm $\frac{1}{4}$ cốc nước ép cà rốt, $\frac{1}{4}$ cốc sữa chua và $\frac{3}{4}$ thìa cà phê mật ong. Xay đến khi mịn. Phục vụ ngay lập tức.

29. Sinh tố nữ thần kem xanh

Thành phần

HAI CHUẨN BỊ

- 1 quả bơ, cắt đôi, bỏ hạt và gọt vỏ
- 2 chén rau bina bé
- 2 chén cải xoăn bé
- 1 $\frac{1}{2}$ chén dứa thái hạt lựu
- 1 chén đậu Hà Lan xắt nhỏ đường
- $\frac{1}{3}$ chén bột protein vani

HAI PHỤC VỤ

- 1 $\frac{1}{2}$ chén sữa hạnh nhân không đường

Hướng

a) Kết hợp bơ, rau bina, cải xoăn, dứa, đậu Hà Lan và bột protein trong một bát lớn. Chia cho 6 túi tủ đông ziplock. Đóng băng trong tối đa một tháng, cho đến khi sẵn sàng phục vụ.

b) ĐỂ LÀM MỘT LẦN PHỤC VỤ: Cho một túi vào máy xay sinh tố và thêm $\frac{1}{4}$ cốc sữa hạnh nhân. Xay đến khi mị n. Phục vụ ngay lập tức.

30. Sinh tố kiwi vườn

Thành phần

HAI CHUẨN BỊ

- 4 quả kiwi, gọt vỏ và thái lát
- 2 chén rau bina đóng gói
- 1 chén chuối thái lát
- 2 thìa hạt chia

HAI PHỤC VỤ

- 1 cốc sữa chua Hy Lạp vani
- 1 đầu xà lách Boston
- 3 quả dưa chuột Ba Tư, thái lát

Hướng

a) Kết hợp kiwi, rau bina, chuối và hạt chia trong một bát lớn. Chia thành 4 túi cấp đông ziplock. Đóng băng trong tối đa một tháng, cho đến khi sẵn sàng phục vụ.

b) ĐỂ LÀM MỘT LẦN PHỤC VỤ: Cho các thứ trong một túi vào máy xay sinh tố và thêm $\frac{1}{4}$ cốc sữa chua, $\frac{1}{2}$ cốc lá rau diếp xé nhỏ và dưa chuột thái lát. Xay đến khi mịn. Phục vụ ngay lập tức.

31. Sinh tố giải độc xanh

Thành phần

HAI CHUẨN BỊ

- 2 chén rau bina bé
- 2 chén cải xoăn bé
- 2 cọng cần tây, xắt nhỏ
- 1 quả táo xanh vừa, bỏ lõi và xắt nhỏ
- 1 chén chuối thái lát
- 1 muỗng canh gừng tươi nạo
- 1 muỗng canh hạt chia

HAI PHỤC VỤ

- 1 cốc sữa hạnh nhân không đường
- 3 thìa cà phê mật ong

Hướng

a) Kết hợp rau bina, cải xoăn, cần tây, táo, chuối, gừng và hạt chia trong một bát lớn. Chia thành 4 túi cấp đông ziplock. Đóng băng trong tối đa một tháng, cho đến khi sẵn sàng phục vụ.

b) ĐỂ LÀM MỘT LẦN PHỤC VỤ: Cho một túi vào máy xay sinh tố và thêm $\frac{1}{4}$ cốc sữa hạnh nhân và $\frac{3}{4}$ thìa cà phê mật ong. Xay đến khi mịn. Phục vụ ngay lập tức.

32. Sinh tố protein xanh

Thành phần

HAI CHUẨN BỊ

- 3 chén rau bina bé
- 1 quả chuối, thái lát
- $\frac{1}{2}$ quả bơ, rỗ và bóc vỏ
- $\frac{1}{2}$ chén quả việt quất
- 2 nắm lá mùi tây tươi
- 8 muỗng canh bột protein vani

HAI PHỤC VỤ

- 1 chén dưa chuột thái lát
- $\frac{3}{4}$ cốc sữa hạnh nhân không đường

Hướng

a) Kết hợp rau bina, chuối, bơ, quả việt quất, rau mùi tây và bột protein trong một bát lớn. Chia thành 4 túi cấp đông ziplock. Đóng băng trong tối đa một tháng, cho đến khi sẵn sàng phục vụ.

b) ĐỂ LÀM MỘT LẦN PHỤC VỤ: Cho một túi vào máy xay sinh tố và thêm $\frac{1}{4}$ chén dưa chuột và 3 muỗng canh sữa hạnh nhân. Xay đến khi mịn. Phục vụ ngay lập tức.

33. Sinh tố nghệ cà rốt

Thành phần

HAI CHUẨN BỊ

- 1 chén cà rốt đông lạnh thái lát
- 1 quả chuối, thái lát
- 1 quả táo xanh vừa, bỏ lõi và xắt nhỏ
- 1 (1 inch) miếng gừng tươi, gọt vỏ và thái lát
- 1 muỗng cà phê bột nghệ, hoặc nhiều hơn để nếm thử

HAI PHỤC VỤ

- 1 cốc nước ép cà rốt
- $\frac{1}{2}$ cốc sữa chua Hy Lạp 2%
- 4 muỗng cà phê xi-rô phong
- $\frac{1}{2}$ muỗng cà phê chiết xuất vani

Hướng

a) Kết hợp cà rốt, chuối, táo, gừng và nghệ trong một bát lớn. Chia thành 4 túi cấp đông ziplock.

b) Cho hỗn hợp trong một túi vào máy xay sinh tố và thêm $\frac{1}{4}$ cốc nước ép cà rốt, 2 thìa sữa chua, một thìa xi-rô phong, $\frac{1}{8}$ thìa vani và $\frac{1}{4}$ cốc đá. Xay đến khi mịn. Phục vụ ngay lập tức.

34. Sinh tố đào melba

Thành phần

HAI CHUẨN BỊ

- 1 (16-ounce) gói đào thái lát đông lạnh
- 1 chén quả mâm xôi đông lạnh
- 1 quả cam, bóc vỏ và bỏ hạt
- ⅓ chén bột protein vani

HAI PHỤC VỤ

- ½ cốc nước cam
- 2 muỗng canh nước cốt chanh tươi
- 3 thìa cà phê mật ong
- 1 ½ muỗng cà phê chiết xuất vani

Hướng

a) Kết hợp đào, quả mâm xôi, cam và bột protein trong một bát lớn. Chia cho 6 túi tủ đông ziplock. Đóng băng trong tối đa một tháng, cho đến khi sẵn sàng phục vụ.

b) Cho một túi vào máy xay sinh tố và thêm 4 thìa cà phê nước cam, 1 thìa nước cốt chanh, ½ thìa mật ong và ¼ thìa vani. Xay đến khi mịn. Phục vụ ngay lập tức.

35. Sinh tố dừa cầu vồng

Thành phần

HAI CHUẨN BỊ

- 2 quả quýt, bóc vỏ và phân khúc
- 1 chén dứa thái hạt lựu
- 1 chén xoài thái hạt lựu
- 1 chén dâu tây thái lát
- 1 chén quả việt quất
- 1 chén quả mâm xôi
- 1 quả kiwi, gọt vỏ và thái lát
- 2 chén rau bina bé
- ½ chén dừa nạo

HAI PHỤC VỤ

- 2 cốc nước dừa

Hướng

a) Kết hợp quýt, dứa, xoài, dâu tây, quả việt quất, quả mâm xôi, kiwi, rau bina và dừa trong một bát lớn. Chia cho 6 túi tủ đông ziplock. Đóng băng trong tối đa một tháng, cho đến khi sẵn sàng phục vụ.

b) ĐỂ LÀM MỘT LẦN PHỤC VỤ: Cho một túi vào máy xay sinh tố và thêm ⅓ cốc nước dừa. Xay đến khi mịn. Phục vụ ngay lập tức.

36.   Sinh tố hoa quả tươi nhiệt đới

Thành phần

HAI CHUẨN BỊ

- 4 chén rau bina bé
- 1 chén xoài đông lạnh
- ¾ chén dứa đông lạnh
- 1 quả chuối, thái lát
- 2 quả quýt, bóc vỏ và phân đoạn
- 4 muỗng cà phê hạt chia

HAI PHỤC VỤ

- 3 cốc nước dừa

Hướng

a) Kết hợp rau bina, xoài, dứa, chuối, quýt và hạt chia trong một bát lớn. Chia thành 4 túi cấp đông ziplock. Đóng băng trong tối đa một tháng, cho đến khi sẵn sàng phục vụ.

b) ĐỂ LÀM MỘT LẦN PHỤC VỤ: Cho một túi vào máy xay sinh tố và thêm ¾ cốc nước dừa. Xay đến khi mị n. Phục vụ ngay lập tức.

37.　　　sinh tố diêm mạch nhiệt đới

Cho ra 1 ly sinh tố

Thành phần

- ¼ cốc (45g) quinoa nấu chín
- ¼ cốc (60mL) nước cốt dừa nhạt (hoặc sữa tùy thích)
- ⅓ cốc (50g) xoài miếng đông lạnh ⅓ cốc (45g) dứa đông lạnh ½ quả chuối đông lạnh
- 1 muỗng canh dừa nạo không đường
- 1 Muỗng canh đường dừa, hai vị ½ muỗng cà phê vani

Hướng

a) Kết hợp tất cả các thành phần trong máy xay cho đến khi mịn. Điều chỉnh độ đặc theo khẩu vị bằng cách thêm nhiều sữa để sinh tố loãng hơn và đá hoặc một chút sữa chua để sinh tố đặc hơn.

b) Vui thích!

HỘP QUAY

38. Hộp đồ ăn nhẹ Antipasto cho hai người

Thành phần

- 2 lạng prosciutto cắt lát mỏng
- xúc xích Ý 2 ounce, hình khối
- 1-ounce phô mai gouda, thái lát mỏng
- 1-ounce phô mai Parmesan, thái lát mỏng
- $\frac{1}{4}$ chén hạnh nhân
- 2 muỗng canh ô liu xanh
- 2 muỗng canh ô liu đen

Hướng

a) Cho prosciutto, xúc xích Ý, pho mát, hạnh nhân và ô liu vào hộp đựng chuẩn bị bữa ăn.

b) Che và làm lạnh trong tối đa 4 ngày.

39. Hộp snack gà cần tây Buffalo

Thành phần

- 1 chén gà quay xé nhỏ còn sót lại
- 2 muỗng canh sữa chua Hy Lạp
- 2 muỗng canh nước sốt nóng
- ¼ muỗng cà phê bột tỏi
- ¼ muỗng cà phê bột hành
- Muối Kosher và hạt tiêu đen mới xay, để nếm thử
- 6 cọng cần tây, cắt làm đôi
- ½ chén dâu tây, thái lát
- ½ chén nho
- 2 muỗng canh phô mai xanh vụn
- 1 muỗng canh lá mùi tây tươi xắt nhỏ

Hướng

a) Kết hợp thịt gà, sữa chua, nước sốt nóng, bột tỏi và bột hành tây trong một bát lớn; nêm muối và hạt tiêu cho vừa ăn. Che và làm lạnh trong tối đa 3 ngày.

b) Chia các que cần tây, dâu tây và nho vào các hộp đựng thức ăn.

40.   Hộp bistro gà và hummus

Thành phần

- 1 pound ức gà không xương, không da, cắt thành dải
- ½ muỗng cà phê bột tỏi
- ¼ muỗng cà phê bột hành
- Muối Kosher và hạt tiêu đen mới xay, để nếm thử
- 1 quả dưa chuột, thái lát mỏng
- 4 pitas lúa mì nhỏ
- 1 chén cà chua bi
- ½ chén hummus (tự làm hoặc mua ở cửa hàng)

Hướng

a) Làm nóng lò nướng ở nhiệt độ trung bình cao. Nêm gà với bột tỏi, bột hành, muối và hạt tiêu.

b) Cho thịt gà vào vỉ nướng và nấu, lật một lần cho đến khi chín và nước chảy ra trong, mỗi bên từ 5 đến 6 phút; để sang một bên cho đến khi nguội.

c) Chia thịt gà, dưa chuột, bánh mì pita, cà chua và sốt hummus vào các hộp đựng chuẩn bị bữa ăn. Làm lạnh tối đa 3 ngày.

41.   Sô cô la-dâu năng lượng cắn

Thành phần

- 1 chén yến mạch cán kiểu cũ
- ½ chén dừa vụn không đường
- ⅓ chén bơ hạt điều
- ¼ chén mật ong
- 3 muỗng canh hạt chia
- ½ muỗng cà phê chiết xuất vani
- ¼ muỗng cà phê muối kosher
- ¾ chén dâu tây đông khô thái nhỏ
- ¼ chén sô cô la chip nhỏ

Hướng

a) Lót một tấm nướng bằng giấy sáp hoặc giấy da; để qua một bên.

b) Trong máy xay thực phẩm, xay yến mạch và dừa cho đến khi hỗn hợp giống như bột thô, 5 đến 6 xung; chuyển sang một bát vừa.

c) Dùng thìa gỗ khuấy bơ điều, mật ong, hạt chia, vani và muối cho đến khi hòa quyện. Khuấy dâu tây và sô cô la chip cho đến khi kết hợp.

d) Nhào hỗn hợp lại với nhau và tạo thành 15 quả bóng (1 inch), mỗi quả khoảng 1 $\frac{1}{2}$ muỗng canh. Đặt trên tấm nướng đã chuẩn bị trong một lớp.

e) Làm lạnh cho đến khi cứng, khoảng 1 giờ. Bảo quản trong hộp kín trong tủ lạnh tối đa 1 tuần hoặc ngăn đá tối đa 1 tháng.

42. Hộp đồ ăn nhanh

Thành phần

- 1 trứng lớn
- 1 ½ ounce ức gà tây thái lát mỏng
- ¼ chén cà chua bi
- 1-ounce phô mai cheddar sắc nét, hình khối
- 4 bánh quy pita cắn
- 1 muỗng canh hạnh nhân thô

Hướng

a) Đặt trứng vào nồi và đậy bằng nước lạnh 1 inch. Đun sôi và nấu trong 1 phút. Đậy nắp chảo bằng nắp đậy kín và bắc ra khỏi bếp; để yên trong 8 đến 10 phút. Để ráo nước và để nguội trước khi bóc vỏ.

b) Đặt gà tây, trứng, cà chua, phô mai, bánh quy giòn và hạnh nhân vào hộp đựng thức ăn. Điều này có thể được giữ trong tủ lạnh lên đến 3 ngày.

43. nhẹ pizza

Thành phần

- 4 bánh quy pita cắn
- 2 muỗng canh phô mai mozzarella ít béo cắt nhỏ
- 2 muỗng canh sốt pizza
- 2 muỗng canh hạnh nhân
- 1 muỗng canh pepperoni nhỏ
- $\frac{1}{4}$ chén nho

Hướng

a) Đặt bánh quy giòn, phô mai, sốt pizza, hạnh nhân, xúc xích cay và nho vào hộp đựng chuẩn bị bữa ăn.

b) Làm lạnh tối đa 3 ngày.

44.   Salad đậu xanh kiểu Hy Lạp

Thành phần

dầu giấm oregano-tỏi

- ¼ chén dầu ô liu nguyên chất
- 3 muỗng canh giấm rượu vang đỏ
- 2 muỗng cà phê oregano khô
- 1 ½ muỗng cà phê mù tạt nguyên hạt
- 1 tép tỏi, ép
- ¼ muỗng cà phê đường (tùy chọn)
- Muối Kosher và hạt tiêu đen mới xay, để nếm thử

Xa lát

- 1 (15-ounce) lon đậu garbanzo, rửa sạch và để ráo nước
- 1 pint cà chua nho, giảm một nửa
- 1 quả ớt chuông vàng, thái hạt lựu
- 1 quả ớt chuông màu cam, thái hạt lựu
- 2 quả dưa chuột Ba Tư, cắt đôi theo chiều dọc và thái lát mỏng
- 1 chén lá mùi tây tươi xắt nhỏ
- ⅓ chén hành tím thái hạt lựu

- 1 hộp (4 ounce) phô mai feta, vụn

Hướng

a) ĐỐI VỚI VINAIGRETTE: Trong một bát nhỏ, đánh đều dầu ô liu, giấm, lá oregano, mù tạt, tỏi và đường; nêm muối và hạt tiêu cho vừa ăn. Bảo quản trong ngăn mát tủ lạnh từ 3 đến 4 ngày.

b) Kết hợp đậu garbanzo, cà chua, ớt chuông, dưa chuột, rau mùi tây, hành tây và pho mát trong một bát lớn. Chia thành các hộp đựng chuẩn bị bữa ăn. Bảo quản ngăn mát tủ lạnh dùng được 3-4 ngày.

c) Để phục vụ, đổ dầu giấm lên món salad và nhẹ nhàng trộn đều.

45. Hộp snack cải xoăn kale chip

Thành phần

chip cải xoăn

- 1 bó cải xoăn, loại bỏ thân và xương sườn dày
- 2 muỗng canh dầu ô liu
- 1 tép tỏi, ép
- Muối Kosher và hạt tiêu đen mới xay, để nếm thử

Đậu garbanzo giòn

- 1 (16-ounce) lon đậu garbanzo, để ráo nước và rửa sạch
- 1 ½ muỗng canh dầu ô liu
- 1 ½ muỗng cà phê gia vị chanh ớt
- 1 chén dâu tây, thái lát
- 1 chén nho
- 4 quả quýt, bóc vỏ và phân đoạn

Hướng

a) Làm nóng lò nướng ở nhiệt độ 375 độ F. Thoa nhẹ một lớp dầu lên khay nướng hoặc phủ bằng bình xịt chống dính.

b) ĐỐI VỚI CHIP cải xoăn: Đặt cải xoăn lên khay nướng đã chuẩn bị. Thêm dầu ô liu và tỏi, nêm muối và hạt tiêu. Nhẹ nhàng quăng để kết hợp và sắp xếp trong một lớp duy nhất. Nướng trong 10 đến 13 phút, hoặc cho đến khi giòn; hơi nguội hoàn toàn. Để qua một bên.

c) ĐỐI VỚI ĐẬU PHÒNG GIÒN: Sử dụng khăn bếp hoặc khăn giấy sạch, lau thật khô đậu garbanzo. Loại bỏ và loại bỏ da. Đặt garbanzos thành một lớp trên khay nướng và nướng trong 20 phút. Thêm dầu ô liu và gia vị chanh ớt và trộn nhẹ nhàng để kết hợp. Nướng cho đến khi giòn và khô, thêm 15 đến 17 phút.

d) Tắt lò và mở hé cửa lò; nguội hoàn toàn trong lò trong 1 giờ.

e) Đặt dâu tây, nho và quýt vào hộp đựng thức ăn. Bảo quản ngăn mát tủ lạnh dùng được 3-4 ngày. Khoai tây chiên cải xoăn và garbanzos nên được để riêng trong túi ziplock ở nhiệt độ phòng để giữ cho chúng đẹp và giòn.

48. Bánh rán protein bí ngô nhỏ

Thành phần

- 1 chén bột mì trắng
- ½ chén bột whey protein hương vani
- ⅓ cốc đường nâu nhạt đóng gói chắc chắn
- 1 ½ muỗng cà phê bột nở
- 1 muỗng cà phê gia vị bánh bí ngô
- ¼ muỗng cà phê muối kosher
- 1 chén bí ngô nghiền đóng hộp
- 3 muỗng canh bơ không ướp muối, tan chảy
- 2 lòng trắng trứng lớn
- 2 muỗng canh 2% sữa
- 1 muỗng cà phê bột quế
- ⅓ chén đường cát
- 2 muỗng canh bơ không ướp muối, tan chảy

Hướng

a) Làm nóng lò ở nhiệt độ 350 độ F. Xịt chống dính lên các cốc của chảo rán.

b) Trong một bát lớn, kết hợp bột mì, bột protein, đường nâu, bột nở, gia vị bánh bí ngô và muối.

c) Trong một cốc đo thủy tinh lớn hoặc một bát khác, trộn đều bí ngô, bơ, lòng trắng trứng và sữa.

d) Đổ hỗn hợp ướt lên các nguyên liệu khô và khuấy đều bằng thìa cao su cho đến khi ẩm.

e) Múc đều bột vào khuôn bánh rán. Nướng trong 8 đến 10 phút, cho đến khi bánh rán có màu nâu nhạt và đàn hồi khi chạm vào. Để nguội trong 5 phút.

f) Kết hợp quế và đường trong một bát nhỏ. Nhúng từng chiếc bánh rán vào bơ tan chảy rồi nhúng vào đường quế.

g) Thưởng thức khi còn nóng hoặc ở nhiệt độ phòng. Bảo quản trong hộp kín tối đa 5 ngày.

49. Chong chóng rau hummus cầu vồng

Thành phần

- 2 muỗng canh hummus
- 1 (8-inch) bánh tortilla rau bina
- $\frac{1}{4}$ chén ớt chuông đỏ thái lát mỏng
- $\frac{1}{4}$ chén ớt chuông vàng thái lát mỏng
- $\frac{1}{4}$ chén cà rốt thái lát mỏng
- $\frac{1}{4}$ chén dưa chuột thái lát mỏng
- $\frac{1}{4}$ chén rau bina bé
- $\frac{1}{4}$ chén bắp cải đỏ thái nhỏ
- $\frac{1}{4}$ chén mầm cỏ linh lăng
- $\frac{1}{2}$ chén dâu tây
- $\frac{1}{2}$ chén quả việt quất

Hướng

a) Trải đều hummus lên bề mặt bánh tortilla, để lại đường viền $\frac{1}{4}$ inch. Đặt ớt chuông, cà rốt, dưa chuột, rau bina, bắp cải và rau mầm vào giữa bánh tortilla.

b) Đặt cạnh dưới của bánh tortilla thật chặt lên trên rau, gấp hai bên. Tiếp tục cuộn cho đến khi đạt đến đỉnh bánh tortilla. Cắt thành phần sáu.

c) Đặt chong chóng, dâu tây và quả việt quất vào hộp chuẩn bị bữa ăn. Làm lạnh trong 3 đến 4 ngày.

50. Hộp snack salsa

Thành phần

- ¾ chén dâu tây thái hạt lựu
- ¾ chén xoài thái hạt lựu
- 1 jalapeño, bỏ hạt và băm nhỏ
- 2 muỗng canh hành tím thái hạt lựu
- 2 muỗng canh lá ngò tươi xắt nhỏ
- 2 thìa cà phê mật ong
- Nước cốt của 1 quả chanh
- 2 chén bánh tortilla
- 1 quả ớt chuông đỏ, thái lát mỏng
- 1 quả ớt chuông màu cam, thái lát mỏng
- 1 củ sắn, gọt vỏ và thái thành que diêm dày
- 1 quả dứa, cắt miếng

Hướng

a) Trong một bát lớn, kết hợp dâu tây, xoài, jalapeño, hành tây, ngò, mật ong và nước cốt chanh.

b) Chia bánh tortilla vào túi ziplock. Chia salsa, ớt chuông, jicama và dứa vào các hộp đựng chuẩn bị bữa ăn. Sẽ giữ trong tủ lạnh 3 đến 4 ngày.

51. Món khai vị tự chế

Năng suất khoảng 2 cốc

Thành phần

- 1 15 oz. lon (425g) đậu xanh, để ráo nước/rửa sạch (chất lỏng dự trữ)
- $\frac{1}{4}$ cốc (60mL) lon đậu xanh dạng lỏng (hoặc nước phụ)
- 1 muỗng canh tỏi băm
- 1 muỗng tahini
- 1 $\frac{1}{2}$ thìa nước cốt chanh
- $\frac{1}{2}$ muỗng cà phê thì là
- $\frac{1}{4}$ muỗng cà phê muối
- $\frac{1}{4}$ muỗng cà phê ớt bột
- $\frac{1}{8}$ muỗng cà phê ớt cayenne, hai vị
- $\frac{1}{8}$ muỗng cà phê tiêu, hai vị

Hướng

a) Kết hợp tất cả các thành phần trong một bộ xử lý thực phẩm.

b) Cạo nửa chừng các mặt và điều chỉnh gia vị cho vừa ăn.

52. Kết hợp đường mòn

Năng suất khoảng 2 cốc

Thành phần

- 1 cốc (15g) bỏng ngô
- ¼ chén (40g) đậu phộng rang
- ¼ cốc (40g) hạnh nhân rang
- ¼ cốc (40g) hạt bí ngô
- ¼ cốc (35g) quả việt quất khô, không thêm đường
- 2 muỗng canh sô cô la chip đen (tùy chọn)
- một nhúm quế (tùy chọn)
- chút muối

Hướng

a) Quăng tất cả các thành phần lại với nhau, điều chỉnh quế và muối cho vừa ăn nếu muốn.

b) Lưu trữ trong hộp kín.

c) Kéo dài đến 2 tuần trong phòng đựng thức ăn.

53. Pesto không dầu

Năng suất khoảng 2 cốc

Thành phần

- 1 ½ cốc (60g) húng quế tươi
- 1 ½ chén (60g) rau chân vị t tươi
- 1 15 oz. (425g) lon đậu trắng, để ráo/rửa sạch
- 2 muỗng canh quả óc chó
- 2 thìa nước cốt chanh
- 1 muỗng cà phê tỏi
- Muối và hạt tiêu cho vừa ăn

Hướng

a) Cho tất cả nguyên liệu vào máy xay thực phẩm và chế biến cho đến khi đạt được độ đặc mong muốn và kết hợp tốt.

b) Làm lạnh sau khi thực hiện.

c) Kéo dài 1-2 tuần trong tủ lạnh.

54. bánh nướng xốp trứng

Năng suất khoảng 12

Thành phần

- 3-4 cốc (540-720g) rau hỗn hợp, thái hạt lựu
- 2 cốc (480g) lòng trắng trứng/chất thay thế (hoặc trứng), nêm muối và tiêu

Hướng

a) Làm nóng lò ở 375F (190C).

b) Cho các loại rau hỗn hợp mà bạn chọn vào hộp bánh muffin có phun sương, đổ đầy khoảng ½ khuôn.

c) Đổ trứng vào hộp, đổ đầy ⅔ đường lên đỉnh.

d) Nướng khoảng 15 phút, cho đến khi thiết lập hoàn toàn.

e) Thưởng thức ấm hoặc ướp lạnh và thưởng thức lạnh! Đây cũng là những món ăn được hâm nóng tuyệt vời.

f) Bảo quản ngăn mát tủ lạnh 3 ngày, ngăn đá tủ lạnh 2-3 tháng.

55. Đậu phụ cắn

Mang lại 4 phần ăn

Thành phần

- 1 14 oz. (400g) gói extra firm tofu
- bình xịt nấu ăn
- muối và tiêu
- gia vị bổ sung

Hướng

a) Làm nóng lò ở 400F (200C).

b) Cắt đậu phụ ép thành khối hoặc dải tùy thích.

c) Quăng nhẹ với một ít bình xịt nấu ăn và gia vị, để nếm thử. Chuyển sang khay nướng có lót giấy da.

d) Nướng khoảng 45 phút, quay nửa chừng.

56.Sa lát gà

Mang lại 1 phần ăn

Thành phần

- 4 oz. (115g) ức gà, cắt nhỏ hoặc cắt khối
- 2 muỗng canh sữa chua Hy Lạp
- 1 muỗng cà phê mù tạt Dijon
- 1 muỗng cà phê mù tạt vàng
- 2 muỗng canh hành lá
- 3 muỗng canh nho, giảm một nửa hoặc làm tư
- 3 muỗng canh cần tây xắt nhỏ
- 2 muỗng canh quả óc chó hoặc hồ đào xắt nhỏ
- 1 muỗng cà phê ngải giấm
- Muối và hạt tiêu cho vừa ăn

Hướng

a) Trộn tất cả các thành phần với nhau.

b) Thư giãn và tận hưởng! Kéo dài khoảng 5 ngày trong tủ lạnh.

57. Quinoa Tex-Mex

Mang lại 12 phần ăn

Thành phần

- 1 cốc (180g) quinoa chưa nấu chín, rửa sạch
- 1 cân Anh (450g) ức gà tây xay thêm nạc
- 1 15 oz. hộp (425g) đậu đen, để ráo/rửa sạch
- 1 15 oz. lon (425g) ngô ngọt, để ráo/rửa sạch
- 1 10 oz. lon (285g) cà chua thái hạt lựu và ớt xanh
- 1 10 oz. lon (285g) sốt enchilada đỏ
- 1 ½ cốc (350 mL) nước luộc gà/rau hoặc nước
- 1 quả ớt chuông xanh, xắt nhỏ ½ chén (80g) hành tây xắt nhỏ 2 quả jalapeño, bỏ hạt
- 1 muỗng canh tỏi băm
- 2 muỗng canh gia vị taco

Hướng

a) Thêm mọi thứ vào nồi nấu chậm. Khuấy đều để kết hợp.

b) Biến nhiệt thành thấp. Cho phép nấu trong 6-8 giờ, chậm và thấp. Khuấy một hoặc hai lần trong suốt thời gian nấu. (Nấu ở nhiệt độ cao trong 4 giờ nếu bạn không có nhiều thời gian).

c) Ăn với sữa chua Hy Lạp như một chất thay thế kem chua, salsa và bơ hoặc guacamole.

58. Chuẩn bị bữa ăn salad cá ngừ

Thành phần

- 2 quả trứng lớn
- 2 (5-ounce) hộp cá ngừ trong nước, để ráo nước và vẩy
- ½ cốc sữa chua Hy Lạp không béo
- ¼ chén cần tây thái hạt lựu
- ¼ chén hành tím thái hạt lựu
- 1 muỗng canh mù tạt Dijon
- 1 muỗng canh gia vị dưa chua ngọt (tùy chọn)
- 1 muỗng cà phê nước cốt chanh mới vắt, hoặc nhiều hơn để nếm thử
- ¼ muỗng cà phê bột tỏi
- Muối Kosher và hạt tiêu đen mới xay, để nếm thử
- 4 lá xà lách Bibb
- ½ chén hạnh nhân sống
- 1 quả dưa chuột, thái lát
- 1 quả táo, thái lát

Hướng

a) Đặt trứng vào một cái chảo lớn và ngập nước lạnh 1 inch. Đun sôi và nấu trong 1 phút. Đậy nắp nồi bằng nắp đậy kín và bắc ra khỏi bếp; để yên trong 8 đến 10 phút. Để ráo nước và để nguội trước khi gọt vỏ và bổ đôi.

b) Trong một bát vừa, kết hợp cá ngừ, sữa chua, cần tây, hành tây, mù tạt, gia vị, nước cốt chanh và bột tỏi; nêm muối và hạt tiêu cho vừa ăn.

c) Chia lá rau diếp vào các hộp đựng thức ăn. Đổ hỗn hợp cá ngừ lên trên và thêm trứng, hạnh nhân, dưa chuột và táo sang một bên. Sẽ giữ trong tủ lạnh 3 đến 4 ngày.

BỮA TRƯA ẤM

59.bát burrito gà

Thành phần

Sốt kem chipotle

- ½ cốc sữa chua Hy Lạp không béo
- 1 hạt tiêu chipotle trong nước sốt adobo, băm nhỏ, hoặc nhiều hơn để nếm thử
- 1 tép tỏi, băm nhỏ
- 1 muỗng canh nước cốt chanh mới vắt

bát burrito

- ⅔ chén gạo lứt
- 1 muỗng canh dầu ô liu
- 1 pound thịt gà xay
- ½ thìa ớt bột
- ½ muỗng cà phê bột tỏi
- ½ muỗng cà phê thì là
- ½ muỗng cà phê oregano khô
- ¼ muỗng cà phê bột hành
- ¼ muỗng cà phê ớt bột
- Muối Kosher và hạt tiêu đen mới xay, để nếm thử

- 1 (15-ounce) lon đậu đen, để ráo nước và rửa sạch
- 1 ¾ chén hạt ngô (đông lạnh, đóng hộp hoặc rang)
- ½ cốc pico de gallo (tự chế hoặc mua ở cửa hàng)

Hướng

a) ĐỐI VỚI SỐT KEM CHIPOTLE: Đánh đều sữa chua, ớt chipotle, tỏi và nước cốt chanh. Che và làm lạnh trong tối đa 3 ngày.

b) Nấu cơm theo hướng dẫn trên bao bì trong nồi lớn với 2 cốc nước; để qua một bên.

c) Đun nóng dầu ô liu trong một cái nồi lớn hoặc lò nướng kiểu Hà Lan ở nhiệt độ trung bình cao. Thêm thịt gà xay, bột ớt, bột tỏi, thìa là, lá oregano, bột hành tây và ớt bột; Nêm với muối và hạt tiêu. Nấu cho đến khi gà chín vàng, từ 3 đến 5 phút, đảm bảo gà bị nát khi nấu; tiêu mỡ thừa.

d) Chia gạo vào các thùng chứa chuẩn bị bữa ăn. Phủ hỗn hợp thịt gà xay, đậu đen, ngô và pico de gallo lên trên. Bảo quản ngăn mát tủ lạnh dùng được 3-4 ngày. Mưa phùn với sốt kem chipotle. Trang trí với ngò và chanh, nếu muốn, và phục vụ. Hâm nóng lại trong lò vi sóng trong khoảng thời gian 30 giây cho đến khi nóng đều.

60. Tikka masala gà

Thành phần

- 1 chén gạo basmati
- 2 muỗng canh bơ không ướp muối
- 1 ½ pound ức gà không xương, không da, cắt thành miếng 1 inch
- Muối Kosher và hạt tiêu đen mới xay, để nếm thử
- 1 củ hành tây, thái hạt lựu
- 2 muỗng canh tương cà chua
- 1 muỗng canh gừng tươi nạo
- 3 tép tỏi, băm nhỏ
- 2 muỗng cà phê garam masala
- 2 thìa cà phê ớt bột
- 2 muỗng cà phê bột nghệ
- 1 (28-ounce) lon cà chua thái hạt lựu
- 1 chén nước dùng gà
- ⅓ cốc kem nặng
- 1 muỗng canh nước cốt chanh tươi
- ¼ chén lá ngò tươi xắt nhỏ (tùy chọn)

- 1 quả chanh, cắt thành nêm (tùy chọn)

Hướng

a) Nấu cơm theo hướng dẫn trên bao bì trong nồi lớn với 2 cốc nước; để qua một bên.

b) Đun chảy bơ trong chảo lớn trên lửa vừa. Nêm gà với muối và hạt tiêu. Thêm thịt gà và hành tây vào chảo và nấu, thỉnh thoảng khuấy, cho đến khi vàng, 4 đến 5 phút. Khuấy bột cà chua, gừng, tỏi, garam masala, bột ớt và bột nghệ và nấu cho đến khi kết hợp tốt, từ 1 đến 2 phút. Khuấy cà chua thái hạt lựu và thịt gà. Đun sôi; giảm nhiệt và đun nhỏ lửa, thỉnh thoảng khuấy, cho đến khi hơi đặc lại, khoảng 10 phút.

c) Khuấy kem, nước cốt chanh và thịt gà và nấu cho đến khi nóng đều, khoảng 1 phút.

d) Cho hỗn hợp cơm và thịt gà vào hộp đựng thức ăn. Trang trí với ngò và chanh, nếu muốn, và phục vụ. Bảo quản ngăn mát tủ lạnh dùng được 3-4 ngày. Hâm nóng lại trong lò vi sóng trong khoảng thời gian 30 giây cho đến khi nóng đều.

61. bát gà Hy Lạp

Thành phần

Gà và gạo

- 1 pound ức gà không xương, không da
- $\frac{1}{4}$ chén cộng với 2 muỗng canh dầu ô liu, chia
- 3 tép tỏi, băm nhỏ
- Nước cốt của 1 quả chanh
- 1 muỗng canh giấm rượu vang đỏ
- 1 muỗng canh oregano khô
- Muối Kosher và hạt tiêu đen mới xay, để nếm thử
- $\frac{3}{4}$ chén gạo lứt

xà lách dưa leo

- 2 quả dưa chuột Anh, gọt vỏ và thái lát
- $\frac{1}{2}$ chén hành tím xắt lát mỏng
- Nước cốt của 1 quả chanh
- 2 muỗng canh dầu ô liu siêu nguyên chất
- 1 muỗng canh giấm rượu vang đỏ
- 2 tép tỏi, ép

- ½ muỗng cà phê oregano khô

Nước sốt Tzatziki

- 1 cốc sữa chua Hy Lạp
- 1 quả dưa chuột Anh, thái hạt lựu
- 2 tép tỏi, ép
- 1 muỗng canh thì là tươi xắt nhỏ
- 1 muỗng cà phê vỏ chanh nạo
- 1 muỗng canh nước cốt chanh tươi
- 1 muỗng cà phê bạc hà tươi xắt nhỏ (tùy chọn)
- Muối Kosher và hạt tiêu đen mới xay, để nếm thử
- 2 muỗng canh dầu ô liu siêu nguyên chất
- 1 ½ pound cà chua bi, giảm một nửa

Hướng

a) ĐỐI VỚI GÀ: Trong túi ziplock cỡ gallon, cho gà, ¼ chén dầu ô liu, tỏi, nước cốt chanh, giấm và lá oregano vào; Nêm với muối và hạt tiêu. Ướp gà trong tủ lạnh ít nhất 20 phút hoặc tối đa 1 giờ, thỉnh thoảng lật túi. Xả thịt gà và loại bỏ nước xốt.

b) Đun nóng 2 muỗng canh dầu ô liu còn lại trong chảo lớn trên lửa vừa và cao. Thêm thịt gà và nấu, lật một lần, cho đến khi chín, 3 đến 4 phút mỗi bên. Để nguội trước khi thái hạt lựu thành miếng vừa ăn.

c) Nấu cơm trong nồi lớn với 2 cốc nước theo hướng dẫn trên bao bì.

d) Chia cơm và thịt gà vào các hộp đựng chuẩn bị bữa ăn. Sẽ giữ kín trong tủ lạnh tối đa 3 ngày.

e) ĐỐI VỚI SALAD DƯỠNG DỪA: Trộn dưa chuột, hành tây, nước cốt chanh, dầu ô liu, giấm, tỏi và lá oregano trong một bát nhỏ. Che và làm lạnh trong tối đa 3 ngày.

f) ĐỐI VỚI SỐT TZATZIKI: Trộn sữa chua, dưa chuột, tỏi, thì là, vỏ chanh và nước trái cây, và bạc hà (nếu dùng) trong một bát nhỏ. Nêm muối và hạt tiêu cho vừa ăn và rưới dầu ô liu lên trên. Đậy nắp và để trong tủ lạnh ít nhất 10 phút, để hương vị hòa quyện. Có thể để tủ lạnh 3 đến 4 ngày.

g) Để phục vụ, hãy hâm nóng cơm và gà trong lò vi sóng trong khoảng thời gian 30 giây, cho đến khi nóng đều. Cho salad dưa chuột, cà chua và sốt Tzatziki lên trên và dùng.

62. Bát thịt bò chuẩn bị bữa ăn Hàn Quốc

Thành phần

- ⅔ chén gạo trắng hoặc gạo lứt
- 4 quả trứng vừa
- 1 muỗng canh dầu ô liu
- 2 tép tỏi, băm nhỏ
- 4 chén rau bina xắt nhỏ

thịt bò hàn quốc

- 3 muỗng canh đường nâu đóng gói
- 3 muỗng canh nước tương giảm natri
- 1 muỗng canh gừng tươi nạo
- 1 ½ muỗng cà phê dầu mè
- ½ muỗng cà phê sriracha (tùy chọn)
- 2 muỗng cà phê dầu ô liu
- 2 tép tỏi, băm nhỏ
- 1 pound thịt bò xay
- 2 củ hành lá, thái lát mỏng (tùy ý)
- ¼ muỗng cà phê hạt mè (tùy chọn)

Hướng

a) Nấu cơm theo hướng dẫn trên bao bì; để qua một bên.

b) Đặt trứng vào một cái chảo lớn và ngập nước lạnh 1 inch. Đun sôi và nấu trong 1 phút. Đậy nắp nồi bằng nắp đậy kín và bắc ra khỏi bếp; để yên trong 8 đến 10 phút. Xả kỹ và để nguội trước khi gọt vỏ và cắt làm đôi.

c) Đun nóng dầu ô liu trong chảo lớn trên lửa vừa và cao. Thêm tỏi và nấu, khuấy thường xuyên, cho đến khi có mùi thơm, từ 1 đến 2 phút. Cho rau bina vào xào cho đến khi héo, từ 2 đến 3 phút; để qua một bên.

d) Đối với thịt bò: Trong một bát nhỏ, trộn đều đường nâu, nước tương, gừng, dầu mè và sriracha, nếu dùng.

e) Đun nóng dầu ô liu trong chảo lớn trên lửa vừa và cao. Thêm tỏi và nấu, khuấy liên tục, cho đến khi có mùi thơm, khoảng 1 phút. Thêm thịt bò xay và nấu cho đến khi chín vàng, từ 3 đến 5 phút, đảm bảo vỡ nát thịt bò khi nấu; tiêu mỡ thừa. Khuấy hỗn hợp nước tương và hành lá cho đến khi kết hợp tốt, sau đó đun nhỏ lửa cho đến khi nóng qua, khoảng 2 phút.

f) Cho cơm, trứng, rau bina và hỗn hợp thịt bò xay vào hộp đựng thức ăn và trang trí bằng hành lá và hạt vừng nếu muốn. Bảo quản ngăn mát tủ lạnh dùng được 3-4 ngày.

g) Hâm nóng lại trong lò vi sóng trong khoảng thời gian 30 giây cho đến khi nóng đều.

63. Súp ramen và gà hầm Mason

Thành phần

- 2 (5,6 ounce) gói mì yakisoba làm lạnh

- 2 ½ muỗng canh nước dùng rau củ giảm natri cô đặc (chúng tôi thích Better Than Bouillon)

- 1 ½ muỗng canh nước tương giảm natri

- 1 muỗng canh giấm rượu gạo

- 1 muỗng canh gừng tươi nạo

- 2 muỗng cà phê sambal oelek (bột ớt tươi xay), hoặc nhiều hơn để nếm thử

- 2 muỗng cà phê dầu mè

- 2 chén gà quay xé nhỏ còn sót lại

- 3 chén rau bina bé

- 2 củ cà rốt, gọt vỏ và nạo

- 1 chén nấm shiitake thái lát

- ½ chén lá ngò tươi

- 2 củ hành xanh, thái lát mỏng

- 1 muỗng cà phê hạt mè

Hướng

a) Trong một nồi nước sôi lớn, nấu yakisoba cho đến khi mềm ra, từ 1 đến 2 phút; thoát nước tốt.

b) Trong một bát nhỏ, kết hợp nước dùng, nước tương, giấm, gừng, sambal oelek và dầu mè.

c) Chia hỗn hợp nước dùng vào 4 lọ thủy tinh miệng rộng (24 ounce) có nắp đậy hoặc các hộp đựng chịu nhiệt khác. Cho yakisoba, thịt gà, rau bina, cà rốt, nấm, ngò, hành lá và hạt vừng lên trên. Che và làm lạnh trong tối đa 4 ngày.

d) Để phục vụ, hãy mở một cái lọ và thêm đủ nước nóng để phủ bên trong, khoảng $1\frac{1}{4}$ cốc. Lò vi sóng, không đậy nắp, cho đến khi nóng qua, 2 đến 3 phút. Để yên trong 5 phút, khuấy đều và dùng ngay.

64. Mason jar bolognese

Thành phần

- 2 muỗng canh dầu ô liu
- 1 pound thịt bò xay
- 1 pound xúc xích Ý, bỏ vỏ
- 1 củ hành tây, băm nhỏ
- 4 tép tỏi, băm nhỏ
- 3 (14,5-ounce) lon cà chua thái hạt lựu, để ráo nước
- 2 (15-ounce) lon nước sốt cà chua
- 3 lá nguyệt quế
- 1 muỗng cà phê oregano khô
- 1 muỗng cà phê húng quế khô
- ½ thìa húng tây khô
- 1 muỗng cà phê muối kosher
- ½ muỗng cà phê tiêu đen mới xay
- 2 (16-ounce) gói phô mai mozzarella ít béo, cắt khối
- 32 ounce fusilli lúa mì nguyên hạt chưa nấu chín, nấu theo hướng dẫn trên bao bì; khoảng 16 chén nấu chín

Hướng

a) Đun nóng dầu ô liu trong chảo lớn trên lửa vừa và cao. Thêm thị t bò xay, xúc xích, hành tây và tỏi. Nấu cho đến khi chín vàng, từ 5 đến 7 phút, đảm bảo nghiền nát thị t bò và xúc xích khi nấu; tiêu mỡ thừa.

b) Chuyển hỗn hợp thị t bò xay vào nồi nấu chậm 6 lít. Khuấy cà chua, sốt cà chua, lá nguyệt quế, oregano, húng quế, húng tây, muối và hạt tiêu. Đậy nắp và nấu ở nhiệt độ thấp trong 7 giờ 45 phút. Tháo nắp và vặn nồi nấu chậm ở mức cao. Tiếp tục nấu trong 15 phút, cho đến khi nước sốt đặc lại. Bỏ lá nguyệt quế và để nước sốt nguội hoàn toàn.

c) Chia nước sốt vào các lọ thủy tinh miệng rộng 16 (24 ounce) có nắp đậy hoặc các hộp đựng chị u nhiệt khác. Top với mozzarella và fusilli. Làm lạnh tối đa 4 ngày.

d) Để phục vụ, lò vi sóng, không đậy nắp, cho đến khi nóng qua, khoảng 2 phút. Khuấy để kết hợp.

65. Mason jar lasagna

Thành phần

- 3 mì lasagna
- 1 muỗng canh dầu ô liu
- ½ pound thịt thăn xay
- 1 củ hành tây, thái hạt lựu
- 2 tép tỏi, băm nhỏ
- 3 muỗng canh tương cà chua
- 1 muỗng cà phê gia vị Ý
- 2 lon (14,5 ounce) cà chua thái hạt lựu
- 1 bí xanh vừa, nạo
- 1 củ cà rốt lớn, nạo
- 2 chén rau bina cắt nhỏ
- Muối Kosher và hạt tiêu đen mới xay, để nếm thử
- 1 chén phô mai ricotta tách béo
- 1 chén phô mai mozzarella cắt nhỏ, chia
- 2 muỗng canh lá húng quế tươi xắt nhỏ

Hướng

a) Trong một nồi nước muối sôi lớn, nấu mì ống theo hướng dẫn trên bao bì; thoát nước tốt. Cắt mỗi sợi mì thành 4 miếng; để qua một bên.

b) Đun nóng dầu ô liu trong chảo lớn hoặc chảo Hà Lan trên lửa vừa và cao. Thêm thịt thăn xay và hành tây và nấu cho đến khi chín vàng, từ 3 đến 5 phút, nhớ vò nát thịt bò khi nấu; tiêu mỡ thừa.

c) Khuấy tỏi, bột cà chua và gia vị Ý và nấu cho đến khi có mùi thơm, từ 1 đến 2 phút. Khuấy cà chua, giảm nhiệt và đun nhỏ lửa cho đến khi hơi đặc lại, từ 5 đến 6 phút. Cho bí xanh, cà rốt và rau bina vào nấu, khuấy thường xuyên cho đến khi mềm trong 2 đến 3 phút. Nêm muối và hạt tiêu cho vừa ăn. Đặt nước sốt sang một bên.

d) Trong một bát nhỏ, kết hợp ricotta, ½ cốc phô mai mozzarella và húng quế; nêm muối và hạt tiêu cho vừa ăn

e) Làm nóng lò ở nhiệt độ 375 độ F. Thoa nhẹ 4 lọ thủy tinh miệng rộng (16 ounce) có nắp đậy, hoặc các hộp đựng an toàn cho lò nướng khác, hoặc phủ bằng bình xịt chống dính.

f) Đặt 1 miếng mì ống vào mỗi lọ. Chia một phần ba nước sốt vào lọ. Lặp lại với lớp mì ống và nước sốt thứ hai. Đổ hỗn hợp ricotta, mì ống còn lại và nước sốt còn lại lên trên. Rắc ½ chén phô mai mozzarella còn lại.

g) Đặt lọ trên một tấm nướng. Đặt vào lò nướng và nướng cho đến khi sủi bọt, 25 đến 30 phút; Hoàn toàn mát mẻ. Làm lạnh tối đa 4 ngày.

66. Súp giải độc gừng miso

Thành phần

- 2 muỗng cà phê dầu mè nướng
- 2 muỗng cà phê dầu canola
- 3 tép tỏi, băm nhỏ
- 1 muỗng canh gừng tươi nạo
- 6 chén nước dùng rau củ
- 1 tờ kombu, cắt thành miếng nhỏ
- 4 muỗng cà phê tương miso trắng
- 1 (3.5-ounce) gói nấm shiitake, thái lát (khoảng 2 chén)
- 8 ounce đậu phụ cứng, hình khối
- 5 cải ngọt baby, xắt nhỏ
- ¼ chén hành lá thái lát

Hướng

a) Đun nóng dầu mè và dầu hạt cải trong nồi lớn hoặc dầu Hà Lan trên lửa vừa. Thêm tỏi và gừng và nấu, khuấy thường xuyên, cho đến khi có mùi thơm, từ 1 đến 2 phút. Cho nước dùng, kombu và tương miso vào khuấy đều và đun sôi. Đậy nắp, giảm nhiệt và đun nhỏ lửa trong 10 phút. Khuấy nấm và nấu cho đến khi mềm, khoảng 5 phút.

b) Cho đậu phụ và cải thìa vào khuấy đều và nấu cho đến khi đậu phụ nóng đều và cải thìa vừa mềm, khoảng 2 phút. Khuấy hành lá. Phục vụ ngay lập tức.

c) Hoặc, để chuẩn bị trước, hãy để nước dùng nguội hoàn toàn ở cuối bước 1. Sau đó cho đậu phụ, cải ngọt và hành lá vào xào cùng. Chia thành các hộp kín, đậy nắp và làm lạnh trong tối đa 3 ngày. Để hâm nóng, đặt vào lò vi sóng trong khoảng thời gian 30 giây cho đến khi nóng đều.

67. khoai lang nhồi

NĂNG LƯỢNG: 4 PHỤC VỤ

Thành phần

- 4 củ khoai lang vừa

Hướng

a) Làm nóng lò ở nhiệt độ 400 độ F. Lót khay nướng bằng giấy da hoặc giấy nhôm.

b) Đặt khoai lang thành một lớp trên khay nướng đã chuẩn bị. Nướng cho đến khi chín mềm, khoảng 1 giờ 10 phút.

c) Để yên cho đến khi đủ mát để xử lý.

68. Khoai tây nhồi thịt gà Hàn Quốc

Thành phần

- ½ chén giấm rượu gạo gia vị
- 1 muỗng canh đường
- Muối Kosher và hạt tiêu đen mới xay, để nếm thử
- 1 chén cà rốt que diêm
- 1 củ hẹ lớn, thái lát
- ¼ muỗng cà phê hạt tiêu đỏ nghiền
- 2 muỗng cà phê dầu mè
- 1 (10 ounce) gói rau bina tươi
- 2 tép tỏi, băm nhỏ
- 4 củ khoai lang nướng (tại đây)
- 2 chén Gà Mè Cay Hàn Quốc (tại đây)

Hướng

a) Trong một cái chảo nhỏ, kết hợp giấm, đường, 1 thìa cà phê muối và $\frac{1}{4}$ cốc nước. Đun sôi trên lửa vừa. Khuấy trong cà rốt, hẹ và ớt đỏ. Lấy ra khỏi nhiệt và để yên trong 30 phút.

b) Đun nóng dầu mè trong chảo lớn trên lửa vừa. Cho rau bina và tỏi vào xào cho đến khi rau bina héo, từ 2 đến 4 phút. Nêm muối và hạt tiêu cho vừa ăn.

c) Cắt đôi khoai tây theo chiều dọc và nêm muối và hạt tiêu. Cho thịt gà, hỗn hợp cà rốt và rau bina lên trên.

d) Chia khoai lang vào các hộp đựng thức ăn. Làm lạnh tối đa 3 ngày. Hâm nóng lại trong lò vi sóng trong khoảng thời gian 30 giây cho đến khi nóng đều.

69. Cải xoăn và khoai tây nhồi ớt đỏ

Thành phần

- 1 muỗng canh dầu ô liu
- 2 tép tỏi, băm nhỏ
- 1 củ hành ngọt, thái hạt lựu
- 1 muỗng cà phê ớt bột hun khói
- 1 quả ớt chuông đỏ, thái lát mỏng
- 1 bó cải xoăn, bỏ cuống và lá xắt nhỏ
- Muối Kosher và hạt tiêu đen mới xay, để nếm thử
- 4 củ khoai lang nướng
- ½ chén phô mai feta giảm béo vụn

Hướng

a) Đun nóng dầu ô liu trong chảo lớn trên lửa vừa. Thêm tỏi và hành tây và nấu, khuấy thường xuyên, cho đến khi hành tây trong mờ, 2 đến 3 phút. Khuấy ớt bột và nấu cho đến khi có mùi thơm, khoảng 30 giây.

b) Khuấy ớt chuông và nấu cho đến khi chín mềm, khoảng 2 phút. Cho cải xoăn vào, cho từng ít một và nấu cho đến khi có màu xanh tươi và vừa héo, từ 3 đến 4 phút.

c) Cắt đôi khoai tây và nêm muối và hạt tiêu. Top với hỗn hợp cải xoăn và feta.

d) Chia khoai lang vào các hộp đựng thức ăn.

70. Khoai tây nhồi gà mù tạt

Thành phần

- 1 muỗng canh dầu ô liu
- 2 chén đậu xanh tươi cắt nhỏ
- 1 ½ chén nấm cremini cắt làm tư
- 1 củ hẹ, băm nhỏ
- 1 tép tỏi, băm nhỏ
- 2 muỗng canh lá mùi tây tươi xắt nhỏ
- Muối Kosher và hạt tiêu đen mới xay, để nếm thử
- 4 củ khoai lang nướng (tại đây)
- 2 chén gà mù tạt mật ong (tại đây)

Hướng

a) Đun nóng dầu ô liu trong chảo lớn trên lửa vừa. Thêm đậu xanh, nấm và hẹ và nấu, khuấy thường xuyên, cho đến khi đậu xanh chín mềm, trong 5 đến 6 phút. Khuấy tỏi và mùi tây và nấu cho đến khi có mùi thơm, khoảng 1 phút. Nêm muối và hạt tiêu cho vừa ăn.

b) Cắt đôi khoai tây theo chiều dọc và nêm muối và hạt tiêu. Trên cùng với hỗn hợp đậu xanh và thịt gà.

c) Chia khoai lang vào các hộp đựng thức ăn. Làm lạnh tối đa 3 ngày. Hâm nóng lại trong lò vi sóng trong khoảng thời gian 30 giây cho đến khi nóng đều.

71. Đậu đen và khoai tây nhồi Pico de Gallo

Thành phần

Đậu đen

- 1 muỗng canh dầu ô liu
- ½ củ hành ngọt, thái hạt lựu
- 1 tép tỏi, băm nhỏ
- 1 muỗng cà phê ớt bột
- ½ muỗng cà phê thì là
- 1 (15,5-ounce) lon đậu đen, rửa sạch và để ráo nước
- 1 muỗng cà phê giấm táo
- Muối Kosher và hạt tiêu đen mới xay, để nếm thử

Pico de Gallo

- 2 quả cà chua mận, thái hạt lựu
- ½ củ hành ngọt, thái hạt lựu
- 1 jalapeño, bỏ hạt và băm nhỏ
- 3 muỗng canh lá ngò tươi xắt nhỏ
- 1 muỗng canh nước cốt chanh mới vắt
- Muối Kosher và hạt tiêu đen mới xay, để nếm thử

- 4 củ khoai lang nướng (tại đây)

- 1 quả bơ, cắt đôi, bỏ hạt, gọt vỏ và thái hạt lựu

- ¼ chén kem chua nhẹ

Hướng

a) ĐỐI VỚI ĐẬU: Đun nóng dầu ô liu trong chảo vừa trên lửa vừa. Thêm hành tây và nấu, khuấy thường xuyên, cho đến khi mờ, 2 đến 3 phút. Khuấy tỏi, bột ớt và thì là và nấu cho đến khi có mùi thơm, khoảng 1 phút.

b) Khuấy đậu và ⅔ cốc nước. Đun sôi, giảm nhiệt và nấu cho đến khi giảm, 10 đến 15 phút. Sử dụng máy nghiền khoai tây, nghiền đậu cho đến khi đạt được độ mịn và độ đặc mong muốn. Khuấy giấm và nêm muối và hạt tiêu cho vừa ăn.

c) ĐỐI VỚI PICO DE GALLO: Trộn cà chua, hành tây, ớt jalapeño, ngò và nước cốt chanh trong một bát vừa. Nêm muối và hạt tiêu cho vừa ăn.

d) Cắt đôi khoai tây theo chiều dọc và nêm muối và hạt tiêu. Đổ hỗn hợp đậu đen và pico de gallo lên trên.

e) Chia khoai lang vào các hộp đựng thức ăn. Làm lạnh tối đa 3 ngày. Hâm nóng lại trong lò vi sóng trong khoảng thời gian 30 giây cho đến khi nóng đều.

72. Mì bí ngòi gà tây viên

Thành phần

- 1 pound gà tây xay
- ⅓ chén panko
- 3 muỗng canh Parmesan mới xay
- 2 lòng đỏ trứng lớn
- ¾ muỗng cà phê oregano khô
- ¾ muỗng cà phê húng quế khô
- ½ muỗng cà phê mùi tây khô
- ¼ muỗng cà phê bột tỏi
- ¼ muỗng cà phê hạt tiêu đỏ nghiền
- Muối Kosher và hạt tiêu đen mới xay, để nếm thử
- 2 pound (3 vừa) zucchini, xoắn ốc
- 2 muỗng cà phê muối kosher
- 2 chén nước sốt marinara (tự làm hoặc mua ở cửa hàng)
- ¼ chén phô mai Parmesan mới bào

Hướng

a) Làm nóng lò ở nhiệt độ 400 độ F. Thoa nhẹ dầu lên đĩa nướng 9x13 inch hoặc phủ bằng bình xị t chống dính.

b) Trong một bát lớn, kết hợp gà tây xay, panko, Parmesan, lòng đỏ trứng, rau oregano, húng quế, rau mùi tây, bột tỏi và ớt đỏ; Nêm với muối và hạt tiêu. Dùng thìa gỗ hoặc tay sạch trộn đều cho đến khi hỗn hợp hòa quyện vào nhau. Lăn hỗn hợp thành 16 đến 20 viên thị t, mỗi viên có đường kính từ 1 đến 1 $\frac{1}{2}$ inch.

c) Đặt các viên thị t vào đĩa nướng đã chuẩn bị sẵn và nướng trong 15 đến 18 phút, cho đến khi chín đều và chín; để qua một bên.

d) Đặt zucchini vào một cái chao trên bồn rửa. Thêm muối và nhẹ nhàng quăng để kết hợp; dễ dàng ngồi trong 10 phút. Trong một nồi nước sôi lớn, nấu bí xanh trong 30 giây đến 1 phút; thoát nước tốt.

e) Chia zucchini vào các hộp đựng chuẩn bị bữa ăn. Cho thị t viên, sốt marinara và phô mai Parmesan lên trên. Bảo quản ngăn mát tủ lạnh dùng được 3-4 ngày. Hâm nóng lại trong lò vi sóng, không đậy nắp, trong khoảng thời gian 30 giây cho đến khi nóng đều.

73. thịt viên dễ dàng

Năng suất khoảng 18 viên thị t

Thành phần

- 20 oz. (600g) ức gà tây nạc xay thêm
- ½ cốc (40g) bột yến mạch
- 1 quả trứng
- 2 chén (80g) rau bina, xắt nhỏ (tùy chọn)
- 1 muỗng cà phê bột tỏi
- ¾ muỗng cà phê muối
- ½ thìa cà phê tiêu

Hướng

a) Làm nóng lò ở 350F (180C).

b) Trộn tất cả nguyên liệu vào một cái bát.

c) Lăn thị t thành những viên thị t cỡ quả bóng golf và chuyển sang đĩa nướng 9x13" (30x20cm) đã phun sương.

d) Nướng trong 15 phút .

74. Súp 3 Thành Phần

Mang lại 8 phần ăn

Thành phần

- 2 15 oz. (425g mỗi loại) lon đậu (mình dùng 1 lon đậu đen và 1 lon đậu trắng), để ráo/rửa sạch

- 1 15 oz. (425g) lon cà chua thái hạt lựu

- 1 cốc (235 mL) nước luộc gà/rau, muối và hạt tiêu cho vừa ăn

Hướng

a) Kết hợp tất cả các thành phần trong một cái chảo trên lửa vừa cao. Đun sôi.

b) Sau khi đun sôi, đậy nắp và vặn nhỏ lửa trong 25 phút.

c) Sử dụng máy xay sinh tố của bạn (hoặc chuyển sang máy xay sinh tố/bộ xử lý bình thường theo mẻ) để xay nhuyễn súp đến độ đặc mong muốn của bạn.

d) Ăn nóng với sữa chua Hy Lạp như một chất thay thế kem chua, phô mai cheddar ít béo và hành lá!

e) Kéo dài đến 5 ngày trong tủ lạnh.

75. Nồi nấu chậm Salsa Thổ Nhĩ Kỳ

Mang lại 6 phần ăn

Thành phần

- 20 oz. (600g) ức gà tây nạc xay thêm
- 1 15,5 oz. lọ (440g) salsa
- muối và hạt tiêu để nếm (tùy chọn)

Hướng

a) Thêm gà tây xay và salsa vào nồi nấu chậm của bạn.

b) Biến nhiệt thành thấp. Cho phép nấu trong 6-8 giờ, chậm và thấp. Khuấy một hoặc hai lần trong suốt thời gian nấu. (Nấu ở nhiệt độ cao trong 4 giờ nếu bạn không có nhiều thời gian).

c) Phục vụ với salsa lạnh bổ sung, sữa chua Hy Lạp như một chất thay thế kem chua, phô mai hoặc hành lá!

d) Hạn sử dụng 5 ngày trong tủ lạnh, hoặc 3-4 tháng trong tủ đông.

76. Burrito-Bowl-In-A-Jar

Năng suất 1 năm

Thành phần

- 2 muỗng canh salsa
- ¼ cốc (40g) đậu/đậu salsa ⅓ cốc (60g) cơm/diêm mạch
- 3 oz. (85g) thịt gà tây nạc, thịt gà hoặc protein tùy chọn nấu chín
- 2 muỗng canh phô mai cheddar ít béo
- 1 ½ cốc (60g) rau diếp/rau xanh
- 1 muỗng canh sữa chua Hy Lạp ("kem chua")
- ¼ quả bơ

Hướng

a) Lớp tất cả các thành phần của bạn vào bình.

b) Tuyệt vời để ăn sau đó.

c) Khi ăn, đổ hũ ra đĩa hoặc bát để trộn đều và thưởng thức!

d) Bảo quản 4-5 ngày trong ngăn mát tủ lạnh.

TRƯA LẠNH

77. Bát chuẩn bị bữa ăn Carnitas

Thành phần

- 2 ½ thìa cà phê ớt bột
- 1 ½ muỗng cà phê thì là xay
- 1 ½ thìa cà phê oregano khô
- 1 muỗng cà phê muối kosher, hoặc nhiều hơn để nếm thử
- ½ muỗng cà phê tiêu đen xay, hoặc nhiều hơn để nếm thử
- 1 (3-pound) thịt lợn thăn, cắt mỡ thừa
- 4 tép tỏi, bóc vỏ
- 1 củ hành tây, cắt thành nêm
- Nước ép của 2 quả cam
- Nước cốt của 2 quả chanh
- 8 chén cải xoăn xắt nhỏ
- 4 quả cà chua mận, xắt nhỏ
- 2 (15-ounce) lon đậu đen, để ráo nước và rửa sạch
- 4 chén hạt ngô (đông lạnh, đóng hộp hoặc rang)
- 2 quả bơ, cắt đôi, bỏ hạt, gọt vỏ và thái hạt lựu
- 2 chanh, cắt thành nêm

Hướng

a) Trong một bát nhỏ, kết hợp bột ớt, thì là, lá oregano, muối và hạt tiêu. Nêm thịt lợn với hỗn hợp gia vị, chà kỹ ở tất cả các mặt.

b) Cho thịt lợn, tỏi, hành tây, nước cam và nước cốt chanh vào nồi nấu chậm. Đậy nắp và nấu ở mức thấp trong 8 giờ hoặc ở mức cao trong 4 đến 5 giờ.

c) Lấy thịt lợn ra khỏi bếp và xé nhỏ thịt. Cho nó trở lại nồi và trộn với nước trái cây; nêm muối và hạt tiêu, nếu cần. Đậy nắp và giữ ấm thêm 30 phút nữa.

d) Đặt thịt lợn, cải xoăn, cà chua, đậu đen và ngô vào hộp đựng thức ăn. Bảo quản ngăn mát tủ lạnh dùng được 3-4 ngày. Ăn kèm với bơ và chanh.

78. Salad xúc xích Chicago

Thành phần

- 2 muỗng canh dầu ô liu siêu nguyên chất
- 1 ½ muỗng canh mù tạt vàng
- 1 muỗng canh giấm rượu vang đỏ
- 2 muỗng cà phê hạt anh túc
- ½ muỗng cà phê muối cần tây
- một nhúm muối
- Muối Kosher và hạt tiêu đen mới xay, để nếm thử
- 1 chén hạt diêm mạch
- 4 xúc xích gà tây giảm béo
- 3 chén cải xoăn bé cắt nhỏ
- 1 chén cà chua bi cắt đôi
- ⅓ chén hành trắng thái hạt lựu
- ¼ chén ớt thể thao
- 8 nhánh dưa chua thì là

Hướng

a) CÁCH LÀM VINAIGRETTE: Đánh đều dầu ô liu, mù tạt, giấm, hạt anh túc, muối cần tây và đường trong một bát vừa. Nêm muối và hạt tiêu cho vừa ăn. Che và làm lạnh trong 3 đến 4 ngày.

b) Nấu quinoa theo hướng dẫn trên bao bì trong nồi lớn với 2 cốc nước; để qua một bên.

c) Làm nóng vỉ nướng ở mức trung bình cao. Cho xúc xích vào vỉ nướng và nấu cho đến khi có màu vàng nâu và cháy nhẹ ở tất cả các mặt, từ 4 đến 5 phút. Để nguội và cắt thành miếng vừa ăn.

d) Chia quinoa, xúc xích, cà chua, hành tây và ớt vào các hộp đựng chuẩn bị bữa ăn. Sẽ giữ lạnh 3 đến 4 ngày.

e) Để phục vụ, đổ nước sốt lên trên món salad và trộn nhẹ nhàng để kết hợp. Phục vụ ngay lập tức, trang trí bằng giáo dưa chua, nếu muốn.

79. bát taco cá

Thành phần

Sốt chanh rau mùi

- 1 chén rau mùi đóng gói lỏng lẻo, bỏ cuống
- $\frac{1}{2}$ cốc sữa chua Hy Lạp
- 2 tép tỏi,
- Nước cốt của 1 quả chanh
- Một nhúm muối kosher
- $\frac{1}{4}$ chén dầu ô liu nguyên chất
- 2 muỗng canh giấm táo

Cá rô phi

- 3 muỗng canh bơ không ướp muối, tan chảy
- 3 tép tỏi, băm nhỏ
- Vỏ bào của 1 quả chanh
- 2 muỗng canh nước cốt chanh mới vắt, hoặc nhiều hơn để nếm thử
- 4 (4-ounce) phi lê cá rô phi
- Muối Kosher và hạt tiêu đen mới xay, để nếm thử
- $\frac{2}{3}$ chén hạt diêm mạch

- 2 chén cải xoăn xắt nhỏ

- 1 chén bắp cải đỏ thái nhỏ

- 1 chén hạt ngô (đóng hộp hoặc rang)

- 2 quả cà chua mận, thái hạt lựu

- ¼ chén bánh tortilla nghiền

- 2 muỗng canh lá ngò tươi xắt nhỏ

Hướng

a) ĐỐI VỚI QUẦN ÁO: Cho rau mùi, sữa chua, tỏi, nước cốt chanh và muối vào tô của máy xay thực phẩm. Khi động cơ đang chạy, thêm dầu ô liu và giấm theo dòng chảy chậm cho đến khi nhũ hóa. Che và làm lạnh trong 3 đến 4 ngày.

b) ĐỐI VỚI CÁ RÔ LA: Làm nóng lò ở nhiệt độ 425 độ F. Thoa nhẹ dầu lên đĩa nướng 9x13 inch hoặc phủ bằng bình xịt chống dính.

c) Trong một bát nhỏ, trộn bơ, tỏi, vỏ chanh và nước cốt chanh. Nêm cá rô phi với muối và hạt tiêu rồi cho vào đĩa nướng đã chuẩn bị. Mưa phùn với hỗn hợp bơ.

d) Nướng cho đến khi cá bong ra dễ dàng bằng nĩa, 10 đến 12 phút.

e) Nấu quinoa theo hướng dẫn trên bao bì trong nồi lớn với 2 cốc nước. Hơi mát.

f) Chia quinoa vào các hộp đựng chuẩn bị bữa ăn. Lên trên với cá rô phi, cải xoăn, bắp cải, ngô, cà chua và bánh tortilla.

g) Để phục vụ, rưới nước sốt chanh ngò, trang trí bằng ngò, nếu muốn.

80. Thu hoạch xà lách lõi ngô

Thành phần

nước sốt hạt anh túc

- ¼ cốc sữa 2%
- 3 muỗng canh dầu ô liu sốt mayonnaise
- 2 muỗng canh sữa chua Hy Lạp
- 1 ½ muỗng canh đường, hoặc nhiều hơn để nếm
- 1 muỗng canh giấm táo
- 1 muỗng canh hạt anh túc
- 2 muỗng canh dầu ô liu

Xa lát

- Bí đỏ 16 ounce, cắt thành miếng 1 inch
- 16 ounce cải Brussels, giảm một nửa
- 2 nhánh húng tây tươi
- 5 lá xô thơm tươi
- Muối Kosher và hạt tiêu đen mới xay, để nếm thử
- 4 quả trứng vừa
- 4 lát thịt xông khói, thái hạt lựu

- 8 chén cải xoăn xắt nhỏ
- 1 ⅓ chén gạo nấu chín

Hướng

a) CHO QUẦN ÁO: Đánh đều sữa, sốt mayonnaise, sữa chua, đường, giấm và hạt anh túc trong một cái bát nhỏ. Che và làm lạnh trong tối đa 3 ngày.

b) Làm nóng lò ở nhiệt độ 400 độ F. Phết nhẹ một tấm nướng hoặc phủ một lớp chống dính.

c) Đặt bí và cải Brussels lên tấm nướng đã chuẩn bị. Thêm dầu ô liu, cỏ xạ hương và cây xô thơm và nhẹ nhàng trộn đều; Nêm với muối và hạt tiêu. Sắp xếp thành một lớp đều và nướng, lật một lần trong 25 đến 30 phút, cho đến khi mềm; để qua một bên.

d) Trong khi đó, đặt trứng vào một cái chảo lớn và ngập nước lạnh 1 inch. Đun sôi và nấu trong 1 phút. Đậy nắp nồi bằng nắp đậy kín và tắt bếp; để yên trong 8 đến 10 phút. Xả kỹ và để nguội trước khi gọt vỏ và thái lát.

e) Đun nóng chảo lớn trên lửa vừa và cao. Thêm thịt xông khói và nấu cho đến khi có màu nâu và giòn, từ 6 đến 8 phút; tiêu mỡ thừa. Chuyển sang đĩa có lót khăn giấy; để qua một bên.

f) Để trộn salad, hãy đặt cải xoăn vào hộp đựng đồ ăn; sắp xếp các hàng bí, cải Brussels, thịt xông khói, trứng và cơm hoang dã lên trên. Bảo quản ngăn mát tủ lạnh dùng được 3-4 ngày. Ăn kèm với nước sốt hạt anh túc.

81. Nộm bông cải trâu

Thành phần
- 3-4 chén hoa súp lơ
- 1 15 oz. đậu xanh, để ráo nước, rửa sạch và vỗ nhẹ cho khô
- 2 muỗng cà phê dầu bơ
- $\frac{1}{2}$ thìa cà phê tiêu
- $\frac{1}{2}$ muỗng cà phê muối biển
- $\frac{1}{2}$ chén nước sốt cánh trâu
- 4 chén romaine tươi, xắt nhỏ
- $\frac{1}{2}$ chén cần tây, xắt nhỏ
- $\frac{1}{4}$ chén hành tím, thái lát
- Trang trại thuần chay dạng kem:
- $\frac{1}{2}$ chén hạt điều thô, ngâm 3-4 giờ hoặc qua đêm
- $\frac{1}{2}$ cốc nước ngọt
- 2 muỗng cà phê thì là khô
- 1 muỗng cà phê bột tỏi
- 1 muỗng cà phê bột hành
- $\frac{1}{2}$ muỗng cà phê muối biển
- một nhúm hạt tiêu đen

Hướng

a) Đặt trên hai 450°F.
b) Thêm súp lơ, đậu xanh, dầu, hạt tiêu và muối vào tô lớn và trộn đều.
c) Đổ hỗn hợp lên một tấm nướng hoặc đá. Nướng trong 20 phút. Lấy khay nướng ra khỏi lò, đổ nước sốt trâu lên hỗn hợp và phủ đều. Nướng thêm 10-15 phút nữa hoặc cho đến khi đậu xanh giòn và súp lơ được rang theo ý thích của bạn. Loại bỏ từ trên cao.
d) Cho hạt điều đã ngâm và ráo nước vào máy xay sinh tố hoặc máy xay thực phẩm công suất cao với 1/2 cốc nước, thì là, bột tỏi, bột hành, muối và hạt tiêu. Xay đến khi mị n.
e) Lấy hai bát salad và thêm 2 chén romaine xắt nhỏ, 1/4 chén cần tây và 1/8 chén hành tây vào mỗi bát. Lên trên với súp lơ trâu nướng và đậu xanh. Mưa phùn trên mặc quần áo và thưởng thức!

82. Bát đựng củ cải đường và cải bruxen

Thành phần

- 3 củ cải vừa (khoảng 1 pound)
- 1 muỗng canh dầu ô liu
- Muối Kosher và hạt tiêu đen mới xay, để nếm thử
- 1 cốc farro
- 4 chén rau bina hoặc cải xoăn
- 2 chén cải Brussels (khoảng 8 ounce), thái lát mỏng
- 3 clementines, bóc vỏ và phân khúc
- ½ chén hồ đào, nướng
- ½ chén hạt lựu

Giấm rượu vang đỏ Honey-Dijon

- ¼ chén dầu ô liu nguyên chất
- 2 muỗng canh giấm rượu vang đỏ
- ½ củ hẹ, băm nhỏ
- 1 thìa mật ong
- 2 muỗng cà phê mù tạt nguyên hạt
- Muối Kosher và hạt tiêu đen mới xay, để nếm thử

Hướng

a) Làm nóng lò nướng ở nhiệt độ 400 độ F. Lót giấy bạc lên khay nướng.

b) Đặt củ cải đường lên giấy bạc, rưới dầu ô liu và nêm muối và hạt tiêu. Gấp cả 4 mặt của giấy bạc để làm túi đựng. Nướng cho đến khi chín mềm, từ 35 đến 45 phút; hơi nguội, khoảng 30 phút.

c) Dùng khăn giấy sạch chà củ cải để loại bỏ vỏ; thái miếng vừa ăn.

d) Nấu farro theo hướng dẫn trên bao bì, sau đó để nguội.

e) Chia củ cải đường vào 4 lọ thủy tinh miệng rộng (32 ounce) có nắp đậy. Lên trên với rau bina hoặc cải xoăn, farro, cải Brussels, clementines, quả hồ đào và hạt lựu. Đậy kín để ngăn mát tủ lạnh được 3, 4 ngày.

f) ĐỐI VỚI VINAIGRETTE: Đánh đều dầu ô liu, giấm, hẹ tây, mật ong, mù tạt và 1 muỗng canh nước; nêm muối và hạt tiêu cho vừa ăn. Che và làm lạnh trong tối đa 3 ngày.

g) Để phục vụ, thêm dầu giấm vào từng lọ và lắc. Phục vụ ngay lập tức.

83. Salad bông cải xanh hũ Mason

Thành phần

- 3 muỗng canh 2% sữa
- 2 muỗng canh dầu ô liu sốt mayonnaise
- 2 muỗng canh sữa chua Hy Lạp
- 1 muỗng canh đường, hoặc nhiều hơn để nếm
- 2 muỗng cà phê giấm táo
- $\frac{1}{2}$ chén hạt điều
- $\frac{1}{4}$ chén nam việt quất khô
- $\frac{1}{2}$ chén hành tím thái hạt lựu
- 2 ounce phô mai cheddar, thái hạt lựu
- 5 chén bông cải xanh xắt nhỏ

Hướng

a) CHO QUẦN ÁO: Đánh đều sữa, sốt mayonnaise, sữa chua, đường và giấm trong một bát nhỏ.

b) Chia nước sốt vào 4 lọ thủy tinh miệng rộng (16 ounce) có nắp đậy. Phủ hạt điều, nam việt quất, hành tây, phô mai và bông cải xanh lên trên. Làm lạnh tối đa 3 ngày.

c) Để phục vụ, lắc nội dung của bình và phục vụ ngay lập tức.

84. Salad gà hũ Mason

Thành phần

- 2 ½ chén gà quay xé nhỏ còn sót lại
- ½ cốc sữa chua Hy Lạp
- 2 muỗng canh dầu ô liu sốt mayonnaise
- ¼ chén hành tím thái hạt lựu
- 1 nhánh cần tây, thái hạt lựu
- 1 muỗng canh nước chanh mới vắt, hoặc nhiều hơn để nếm thử
- 1 muỗng cà phê tarragon tươi xắt nhỏ
- ½ muỗng cà phê mù tạt Dijon
- ½ muỗng cà phê bột tỏi
- Muối Kosher và hạt tiêu đen mới xay, để nếm thử
- 4 chén cải xoăn xắt nhỏ
- 2 quả táo Granny Smith, bỏ lõi và cắt nhỏ
- ½ chén hạt điều
- ½ chén nam việt quất khô

Hướng

a) Trong một bát lớn, trộn thịt gà, sữa chua, sốt mayonnaise, hành tím, cần tây, nước cốt chanh, ngải giấm, mù tạt và bột tỏi; nêm muối và hạt tiêu cho vừa ăn.

b) Chia hỗn hợp thịt gà vào 4 lọ thủy tinh miệng rộng (24 ounce) có nắp đậy. Lên trên với cải xoăn, táo, hạt điều và quả nam việt quất. Làm lạnh tối đa 3 ngày.

c) Để phục vụ, lắc nội dung của bình và phục vụ ngay lập tức.

85. Salad gà kiểu Trung Quốc

Thành phần

- ½ chén giấm rượu gạo
- 2 tép tỏi, ép
- 1 muỗng canh dầu mè
- 1 muỗng canh gừng tươi nạo
- 2 muỗng cà phê đường, hoặc nhiều hơn để nếm
- ½ muỗng cà phê nước tương giảm natri
- 2 củ hành xanh, thái lát mỏng
- 1 muỗng cà phê hạt vừng
- 2 củ cà rốt, gọt vỏ và nạo
- 2 chén dưa chuột Anh thái hạt lựu
- 2 chén bắp cải tím xắt nhỏ
- 12 chén cải xoăn xắt nhỏ
- 1 ½ chén gà quay thái hạt lựu còn sót lại
- 1 chén dải hoành thánh

Hướng

a) ĐỐI VỚI VINAIGRETTE: Đánh đều giấm, tỏi, dầu mè, gừng, đường và nước tương trong một bát nhỏ. Chia nước sốt vào 4 lọ thủy tinh miệng rộng (32 ounce) có nắp đậy.

b) Rắc hành lá, hạt vừng, cà rốt, dưa chuột, bắp cải, cải xoăn và thịt gà lên trên. Làm lạnh tối đa 3 ngày. Bảo quản riêng các dải hoành thánh.

c) Để phục vụ, lắc lượng chứa trong lọ và thêm các dải hoành thánh. Phục vụ ngay lập tức.

86. Salad Mason jar niçoise

Thành phần

- 2 quả trứng vừa
- 2 ½ chén đậu xanh giảm một nửa
- 3 (7-ounce) hộp cá ngừ albacore đóng gói trong nước, để ráo nước và rửa sạch
- ¼ chén dầu ô liu nguyên chất
- 2 muỗng canh giấm rượu vang đỏ
- 2 muỗng canh hành tím thái hạt lựu
- 2 muỗng canh lá mùi tây tươi xắt nhỏ
- 1 muỗng canh lá tarragon tươi xắt nhỏ
- 1 ½ muỗng cà phê mù tạt Dijon
- Muối Kosher và hạt tiêu đen mới xay, để nếm thử
- 1 chén cà chua bi cắt đôi
- 4 chén xà lách bơ gai
- 3 chén lá arugula
- 12 quả ô liu Kalamata
- 1 quả chanh, cắt thành nêm (tùy chọn)

Hướng

a) Đặt trứng vào một cái chảo lớn và ngập nước lạnh 1 inch. Đun sôi và nấu trong 1 phút. Đậy nắp nồi bằng nắp đậy kín và bắc ra khỏi bếp; để yên trong 8 đến 10 phút.

b) Trong khi đó, trong một nồi nước muối sôi lớn, chần đậu xanh cho đến khi có màu xanh tươi, khoảng 2 phút. Xả và làm mát trong một bát nước đá. Thoát nước tốt. Xả trứng và để nguội trước khi bóc vỏ và cắt trứng làm đôi theo chiều dọc.

c) Trong một bát lớn, kết hợp cá ngừ, dầu ô liu, giấm, hành tây, rau mùi tây, ngải giấm và Dijon cho đến khi vừa kết hợp; nêm muối và hạt tiêu cho vừa ăn.

d) Chia hỗn hợp cá ngừ vào 4 lọ thủy tinh miệng rộng (32 ounce) có nắp đậy. Phủ đậu xanh, trứng, cà chua, xà lách bơ, rau arugula và ô liu lên trên. Làm lạnh tối đa 3 ngày.

e) Để phục vụ, lắc nội dung của một cái lọ. Phục vụ ngay lập tức, với chanh nếu muốn.

87. bát cá ngừ cay

Thành phần

- 1 chén gạo lứt hạt dài
- 3 muỗng canh dầu ô liu sốt mayonnaise
- 3 muỗng canh sữa chua Hy Lạp
- 1 muỗng canh nước sốt sriracha, hoặc nhiều hơn để nếm thử
- 1 muỗng canh nước cốt chanh
- 2 muỗng cà phê nước tương giảm natri
- 2 hộp (5-ounce) cá ngừ albacore, để ráo nước và rửa sạch
- Muối Kosher và hạt tiêu đen mới xay, để nếm thử
- 2 chén cải xoăn xắt nhỏ
- 1 muỗng canh hạt mè nướng
- 2 muỗng cà phê dầu mè nướng
- 1 ½ chén dưa chuột Anh thái hạt lựu
- ½ chén gừng ngâm
- 3 củ hành xanh, thái lát mỏng
- ½ chén nori rang vụn

Hướng

a) Nấu cơm theo hướng dẫn trên bao bì với 2 cốc nước trong nồi vừa; để qua một bên.

b) Trong một cái bát nhỏ, trộn sốt mayonnaise, sữa chua, sriracha, nước cốt chanh và nước tương. Múc 2 thìa hỗn hợp sốt mayonnaise vào bát thứ hai, đậy nắp và cho vào tủ lạnh. Khuấy cá ngừ vào hỗn hợp mayo còn lại và nhẹ nhàng trộn đều; nêm muối và hạt tiêu cho vừa ăn.

c) Trong một bát vừa, kết hợp cải xoăn, hạt mè và dầu mè; nêm muối và hạt tiêu cho vừa ăn.

d) Chia gạo vào các hộp đựng chuẩn bị bữa ăn. Rưới hỗn hợp cá ngừ, hỗn hợp cải xoăn, dưa chuột, gừng, hành lá và rong biển lên trên. Làm lạnh tối đa 3 ngày.

e) Để phục vụ, mưa phùn với hỗn hợp mayonnaise.

88. Salad bắp bò bít tết

giấm balsamic

- 3 muỗng canh dầu ô liu siêu nguyên chất
- 4 ½ muỗng cà phê giấm balsamic
- 1 tép tỏi, ép
- 1 ½ muỗng cà phê mảnh mùi tây khô
- ¼ muỗng cà phê húng quế khô
- ¼ muỗng cà phê oregano khô

Xa lát

- 4 quả trứng vừa
- 1 muỗng canh bơ không ướp muối
- bít tết 12 ounce
- 2 muỗng cà phê dầu ô liu
- Muối Kosher và hạt tiêu đen mới xay, để nếm thử
- 8 chén rau bina bé
- 2 chén cà chua bi, giảm một nửa
- ½ chén nửa quả hồ đào
- ½ chén phô mai feta giảm béo vụn

Hướng

a) ĐỐI VỚI BALSAMIC VINAIGRETTE: Đánh đều dầu ô liu, giấm balsamic, đường, tỏi, rau mùi tây, húng quế, lá oregano và mù tạt (nếu dùng) trong một bát vừa. Che và làm lạnh trong tối đa 3 ngày.

b) Đặt trứng vào một cái chảo lớn và ngập nước lạnh 1 inch. Đun sôi và nấu trong 1 phút. Đậy nắp nồi bằng nắp đậy kín và tắt bếp; để yên trong 8 đến 10 phút. Xả kỹ và để nguội trước khi gọt vỏ và thái lát.

c) Đun chảy bơ trong chảo lớn trên lửa vừa và cao. Dùng khăn giấy thấm khô cả hai mặt của miếng bít tết. Rưới dầu ô liu và nêm muối và hạt tiêu. Thêm bít tết vào chảo và nấu, lật một lần, cho đến khi chín đến độ mềm mong muốn, 3 đến 4 phút mỗi bên cho chín vừa. Để yên 10 phút trước khi cắt thành miếng vừa ăn.

d) Để trộn salad, hãy đặt rau bina vào hộp đựng đồ ăn; trên cùng với các hàng bít tết, trứng, cà chua, hồ đào và feta được sắp xếp. Che và làm lạnh trong tối đa 3 ngày. Phục vụ với giấm balsamic hoặc nước sốt mong muốn.

89. Bát dinh dưỡng khoai lang

Thành phần

- 2 củ khoai lang vừa, gọt vỏ và cắt thành miếng 1 inch
- 3 muỗng canh dầu ô liu nguyên chất, chia
- ½ muỗng cà phê ớt bột hun khói
- Muối Kosher và hạt tiêu đen mới xay, để nếm thử
- 1 cốc farro
- 1 bó cải xoăn lacinato, cắt nhỏ
- 1 muỗng canh nước cốt chanh tươi
- 1 chén bắp cải đỏ thái nhỏ
- 1 chén cà chua bi cắt đôi
- ¾ chén Đậu Garbanzo giòn
- 2 quả bơ, cắt đôi, bỏ hạt và gọt vỏ

Hướng

a) Làm nóng lò ở nhiệt độ 400 độ F. Lót một tấm nướng bằng giấy da.

b) Đặt khoai lang lên tấm nướng đã chuẩn bị. Thêm 1 $\frac{1}{2}$ muỗng canh dầu ô liu và ớt bột, nêm muối và hạt tiêu, trộn nhẹ nhàng để kết hợp. Sắp xếp thành một lớp và nướng trong 20 đến 25 phút, lật một lần, cho đến khi dễ dàng đâm bằng nĩa.

c) Nấu món farro theo hướng dẫn trên bao bì; để qua một bên.

d) Kết hợp cải xoăn, nước cốt chanh và 1 $\frac{1}{2}$ muỗng canh dầu ô liu còn lại trong một bát vừa. Massage cải xoăn cho đến khi kết hợp tốt và nêm muối và hạt tiêu cho vừa ăn.

e) Chia farro vào hộp đựng thức ăn. Lên trên với khoai lang, bắp cải, cà chua và garbanzos giòn. Làm lạnh tối đa 3 ngày. Ăn kèm với bơ.

90. Bát phật gà Thái Lan

Thành phần

Sốt đậu phộng

- 3 muỗng canh bơ đậu phộng kem
- 2 muỗng canh nước cốt chanh mới vắt
- 1 muỗng canh nước tương giảm natri
- 2 muỗng cà phê đường nâu đậm
- 2 muỗng cà phê sambal oelek (bột ớt tươi xay)

Xa lát

- 1 cốc farro
- $\frac{1}{4}$ chén nước dùng gà
- 1 $\frac{1}{2}$ muỗng canh sambal oelek (bột ớt tươi xay)
- 1 muỗng canh đường nâu nhạt
- 1 muỗng canh nước cốt chanh mới vắt
- 1 pound ức gà không xương, không da, cắt thành miếng 1 inch
- 1 muỗng canh bột bắp
- 1 muỗng canh nước mắm
- 1 muỗng canh dầu ô liu

- 2 tép tỏi, băm nhỏ

- 1 củ hẹ, băm nhỏ

- 1 muỗng canh gừng tươi nạo

- Muối Kosher và hạt tiêu đen mới xay, để nếm thử

- 2 chén cải xoăn xắt nhỏ

- 1 ½ chén bắp cải tím thái nhỏ

- 1 chén giá đỗ

- 2 củ cà rốt, gọt vỏ và nạo

- ½ chén lá ngò tươi

- ¼ chén đậu phộng rang

Hướng

a) ĐỐI VỚI SỐT ĐẠM: Đánh đều bơ đậu phộng, nước cốt chanh, nước tương, đường nâu, sambal oelek và 2 đến 3 muỗng canh nước trong một cái bát nhỏ. Che và làm lạnh trong tối đa 3 ngày.

b) Nấu món farro theo hướng dẫn trên bao bì; để qua một bên.

c) Trong khi nấu farro, trong một cái bát nhỏ, đánh đều nước dùng, sambal oelek, đường nâu và nước cốt chanh; để qua một bên.

d) Trong một tô lớn, trộn gà, bột bắp và nước mắm, trộn đều và để gà thấm bột bắp trong vài phút.

e) Đun nóng dầu ô liu trong chảo lớn trên lửa vừa. Thêm thịt gà và nấu cho đến khi vàng, 3 đến 5 phút. Thêm tỏi, hẹ và gừng và tiếp tục nấu, khuấy thường xuyên, cho đến khi có mùi thơm, khoảng 2 phút. Khuấy hỗn hợp nước dùng và nấu cho đến khi hơi đặc lại, khoảng 1 phút. Nêm muối và hạt tiêu cho vừa ăn.

f) Chia farro vào các hộp đựng chuẩn bị bữa ăn. Lên trên với thịt gà, cải xoăn, bắp cải, giá đỗ, cà rốt, rau mùi và đậu phộng. Bảo quản ngăn mát tủ lạnh dùng được 3-4 ngày. Ăn kèm với nước sốt đậu phộng cay.

91.Gà gói đậu phộng kiểu Thái

Thành phần

Cà ri dừa sốt đậu phộng

- $\frac{1}{4}$ chén nước cốt dừa nhạt
- 3 muỗng canh bơ đậu phộng kem
- 1 $\frac{1}{2}$ muỗng canh giấm rượu gạo
- 1 muỗng canh nước tương giảm natri
- 2 muỗng cà phê đường nâu đậm
- 1 muỗng cà phê nước mắm tỏi ớt
- $\frac{1}{4}$ muỗng cà phê bột cà ri vàng

Bọc

- 2 $\frac{1}{2}$ chén gà quay thái hạt lựu còn sót lại
- 2 chén bắp cải Napa thái nhỏ
- 1 chén ớt chuông đỏ thái lát mỏng
- 2 củ cà rốt, gọt vỏ và cắt thành que diêm
- 1 $\frac{1}{2}$ muỗng canh nước cốt chanh mới vắt
- 1 muỗng canh dầu ô liu mayonaise
- Muối Kosher và hạt tiêu đen mới xay, để nếm thử

- 3 ounce phô mát kem ít béo, ở nhiệt độ phòng
- 1 muỗng cà phê gừng tươi nạo
- 4 (8 inch) bánh tortilla cà chua phơi nắng

Hướng

a) ĐỐI VỚI MÓN CÀ RI DỪA SẮC ĐẠO PHI: Đánh đều nước cốt dừa, bơ đậu phộng, giấm rượu gạo, nước tương, đường nâu, nước sốt tỏi ớt và bột cà ri trong một bát nhỏ. Dành 3 muỗng canh cho gà; làm lạnh phần còn lại cho đến khi sẵn sàng phục vụ.

b) Trong một bát lớn, kết hợp thịt gà và 3 muỗng canh nước sốt đậu phộng và trộn đều cho đến khi phủ đều.

c) Trong một bát vừa, kết hợp bắp cải, ớt chuông, cà rốt, nước cốt chanh và sốt mayonnaise; nêm muối và hạt tiêu cho vừa ăn.

d) Trong một bát nhỏ, kết hợp phô mát kem và gừng; nêm muối và hạt tiêu cho vừa ăn.

e) Trải đều hỗn hợp kem phô mai lên bánh tortillas, để lại đường viền 1 inch. Top với thịt gà và hỗn hợp bắp cải. Gấp hai bên khoảng 1 inch, sau đó cuộn chặt từ dưới lên. Bảo quản ngăn mát tủ lạnh dùng được 3-4 ngày. Phục vụ từng gói với nước sốt đậu phộng cà ri dừa.

92. Chong chóng rau chân vịt Thổ Nhĩ Kỳ

Thành phần

- 1 lát phô mai cheddar
- 2 lạng ức gà tây thái lát mỏng
- ½ chén rau bina bé
- 1 (8-inch) bánh tortilla rau bina
- 6 củ cà rốt non
- ¼ chén nho
- 5 lát dưa chuột

Hướng

a) Đặt phô mai, gà tây và rau bina vào giữa bánh tortilla. Đặt cạnh dưới của bánh tortilla lên trên rau bina và gấp ở hai bên. Cuộn lên cho đến khi đạt đến đỉnh bánh tortilla. Cắt thành 6 chong chóng.

b) Đặt những lát chong chóng, cà rốt, nho và dưa chuột vào hộp đựng thức ăn. Bảo quản ngăn mát tủ lạnh dùng được 2 đến 3 ngày.

93. Salad taco Thổ Nhĩ Kỳ

Thành phần

- 1 muỗng canh dầu ô liu
- 1 ½ pound gà tây xay
- 1 (1,25-ounce) gói gia vị taco
- 8 chén rau diếp romaine cắt nhỏ
- ½ cốc pico de gallo (tự chế hoặc mua ở cửa hàng)
- ½ cốc sữa chua Hy Lạp
- ½ chén hỗn hợp phô mai Mexico cắt nhỏ
- 1 quả chanh, cắt thành nêm

Hướng

a) Đun nóng dầu ô liu trong chảo lớn trên lửa vừa và cao. Thêm gà tây xay và nấu cho đến khi chín vàng, từ 3 đến 5 phút, đảm bảo làm nát thịt khi nấu; khuấy gia vị taco. Đánh tan mỡ thừa.

b) Đặt rau diếp romaine trong túi bánh mì. Đặt pico de gallo, sữa chua và pho mát vào các cốc Jell-O-shot 2 ounce riêng biệt có nắp đậy. Cho tất cả—gà tây, xà lách romaine, pico de gallo, sữa chua, pho mát và chanh nêm—vào hộp đựng chuẩn bị bữa ăn.

94. Xà lách hũ rất xanh

Thành phần

- ¾ chén lúa mạch ngọc trai
- 1 chén lá húng quế tươi
- ¾ cốc sữa chua Hy Lạp 2%
- 2 củ hành xanh, xắt nhỏ
- 1 ½ muỗng canh nước cốt chanh mới vắt
- 1 tép tỏi, bóc vỏ
- Muối Kosher và hạt tiêu đen mới xay, để nếm thử
- ½ quả dưa chuột Anh, thái nhỏ
- 1 pound (4 nhỏ) zucchini, xoắn ốc
- 4 chén cải xoăn xắt nhỏ
- 1 chén đậu xanh đông lạnh, rã đông
- ½ chén phô mai feta giảm béo vụn
- ½ chén măng đậu
- 1 quả chanh, cắt thành hình nêm (tùy chọn)

Hướng

a) Nấu lúa mạch theo hướng dẫn trên bao bì; để nguội hoàn toàn và đặt sang một bên.

b) Để làm nước xốt, cho húng quế, sữa chua, hành lá, nước cốt chanh và tỏi vào bát của máy xay thực phẩm và nêm muối và tiêu. Xung cho đến khi mịn, khoảng 30 giây đến 1 phút.

c) Chia nước sốt vào 4 lọ thủy tinh miệng rộng (32 ounce) có nắp đậy. Lên trên với dưa chuột, mì bí xanh, lúa mạch, cải xoăn, đậu Hà Lan, feta và chồi đậu. Làm lạnh tối đa 3 ngày.

d) Để phục vụ, lắc nội dung trong bình. Phục vụ ngay lập tức, với chanh, nếu muốn.

95. Bát chả giò Zucchini

Thành phần

- 3 muỗng canh bơ đậu phộng kem
- 2 muỗng canh nước cốt chanh mới vắt
- 1 muỗng canh nước tương giảm natri
- 2 muỗng cà phê đường nâu đậm
- 2 muỗng cà phê sambal oelek (bột ớt tươi xay)
- 1 pound tôm vừa, bóc vỏ và bỏ chỉ
- 4 zucchini trung bình, xoắn ốc
- 2 củ cà rốt lớn, gọt vỏ và nạo
- 2 chén bắp cải tím xắt nhỏ
- ⅓ chén lá ngò tươi
- ⅓ chén lá húng quế
- ¼ chén lá bạc hà
- ¼ chén đậu phộng rang băm nhỏ

Hướng

a) ĐỐI VỚI SỐT ĐẬM: Đánh đều bơ đậu phộng, nước cốt chanh, nước tương, đường nâu, sambal oelek và 2 đến 3 muỗng canh nước trong một cái bát nhỏ. Làm lạnh trong tối đa 3 ngày, cho đến khi sẵn sàng phục vụ.

b) Trong một nồi nước muối sôi lớn, nấu tôm cho đến khi có màu hồng, khoảng 3 phút. Xả và làm mát trong một bát nước đá. Thoát nước tốt.

c) Chia zucchini vào hộp đựng thức ăn. Rắc tôm, cà rốt, bắp cải, ngò, húng quế, bạc hà và đậu phộng lên trên. Bảo quản ngăn mát tủ lạnh dùng được 3-4 ngày. Ăn kèm với nước sốt đậu phộng cay.

BỮA ĂN ĐÔNG LẠNH

96.Bánh rán bí butternut

Thành phần

- 4 chén bí ngô cắt nhỏ
- ⅓ chén bột mì trắng
- 2 tép tỏi, băm nhỏ
- 2 quả trứng lớn, bị đánh đập
- ½ thìa húng tây khô
- ¼ muỗng cà phê cây xô thơm khô
- Nhúm hạt nhục đậu khấu
- Muối Kosher và hạt tiêu đen mới xay, để nếm thử
- 2 muỗng canh dầu ô liu
- ¼ cốc sữa chua Hy Lạp (tùy chọn)
- 2 muỗng canh hẹ tươi xắt nhỏ (tùy chọn)

Hướng

a) Trong một bát lớn, kết hợp bí, bột mì, tỏi, trứng, cỏ xạ hương, cây xô thơm và hạt nhục đậu khấu; Nêm với muối và hạt tiêu.

b) Đun nóng dầu ô liu trong chảo lớn trên lửa vừa và cao. Chia thành từng mẻ, múc khoảng 2 thìa bột cho mỗi lần rán, cho vào chảo và dùng thìa dàn phẳng. Nấu cho đến khi mặt dưới có màu vàng nâu đẹp mắt, khoảng 2 phút. Lật và nấu ở phía bên kia, lâu hơn từ 1 đến 2 phút. Chuyển sang đĩa có lót khăn giấy.

c) Phục vụ ngay lập tức, với sữa chua Hy Lạp và hẹ nếu muốn.

d) ĐỂ ĐÔNG LẠNH: Đặt các món rán đã nấu chín lên khay nướng thành một lớp; đậy chặt bằng màng bọc thực phẩm và để đông lạnh qua đêm. Chuyển sang túi đông lạnh và bảo quản trong tủ đông tối đa 3 tháng. Khi sẵn sàng phục vụ, nướng ở 350 độ F trong khoảng 10 đến 15 phút, cho đến khi nóng lên, lật nửa chừng. Chuyển sang đĩa có lót khăn giấy.

97. Carrot Ginger Soup

Thành phần

- 2 pound cà rốt, gọt vỏ và thái nhỏ
- 1 củ khoai lang, gọt vỏ và thái nhỏ
- 1 củ hành ngọt, xắt nhỏ
- 3 tép tỏi
- 1 ($\frac{3}{4}$-inch) miếng gừng tươi, gọt vỏ và thái lát
- 1 muỗng cà phê ớt bột hun khói
- 2 lá nguyệt quế
- 6 chén nước dùng rau củ, cộng thêm nếu cần
- Muối Kosher và hạt tiêu đen mới xay, để nếm thử
- $\frac{1}{3}$ chén lá ngò tươi
- $\frac{1}{4}$ chén lá bạc hà tươi
- 2 muỗng canh nước cốt chanh mới vắt
- $\frac{1}{3}$ cốc kem nặng
- $\frac{1}{4}$ muỗng cà phê ớt bột hun khói (tùy chọn)

Hướng

a) Kết hợp cà rốt, khoai lang, hành tây, tỏi, gừng, ớt bột, lá nguyệt quế và kho trong một lò nướng lớn của Hà Lan; Nêm với muối và hạt tiêu.

b) Đun sôi; giảm nhiệt và đun nhỏ lửa cho đến khi cà rốt mềm, 25 đến 30 phút. Cho rau mùi, bạc hà và nước cốt chanh vào khuấy đều. Vứt bỏ lá nguyệt quế.

c) Xay nhuyễn bằng máy xay sinh tố đến độ đặc mong muốn. Nếu súp quá đặc, hãy thêm nước dùng nếu cần.

d) Khuấy kem và nấu cho đến khi nóng qua, khoảng 2 phút. Phục vụ ngay lập tức, trang trí với ớt bột nếu muốn.

e) ĐỂ ĐÔNG LẠNH: Bỏ qua kem cho đến khi sẵn sàng phục vụ. Chia phần súp đã nguội vào các túi đông lạnh ziplock và xếp các túi phẳng thành một lớp duy nhất trong tủ đông. Để phục vụ, thêm kem và hâm nóng trên lửa nhỏ, thỉnh thoảng khuấy cho đến khi nóng đều.

98. Cơm hầm gà phô mai và súp lơ xanh

Thành phần

- 1 (6-ounce) gói hỗn hợp gạo hạt dài và gạo hoang dã
- 3 muỗng canh bơ không ướp muối
- 3 tép tỏi, băm nhỏ
- 1 củ hành tây, thái hạt lựu
- 2 chén nấm cremini, làm tư
- 1 nhánh cần tây, thái hạt lựu
- ½ thìa húng tây khô
- 1 muỗng canh bột mì đa dụng
- ¼ chén rượu trắng khô
- 1 ¼ chén nước dùng gà
- Muối Kosher và hạt tiêu đen mới xay, để nếm thử
- 3 chén bông cải xanh
- ½ chén kem chua
- 2 chén gà quay xé nhỏ còn sót lại
- 1 chén phô mai cheddar giảm béo cắt nhỏ, chia
- 2 muỗng canh lá mùi tây tươi xắt nhỏ (tùy chọn)

Hướng

a) Làm nóng lò ở 375 độ F.

b) Nấu hỗn hợp gạo theo hướng dẫn trên bao bì; để qua một bên.

c) Đun chảy bơ trong chảo chịu nhiệt lớn trên lửa vừa và cao. Thêm tỏi, hành tây, nấm và cần tây và nấu, thỉnh thoảng khuấy, cho đến khi mềm, 3 đến 4 phút. Khuấy cỏ xạ hương và nấu cho đến khi có mùi thơm, khoảng 1 phút.

d) Đánh bột cho đến khi có màu nâu nhạt, khoảng 1 phút. Dần dần cho rượu và nước dùng vào. Nấu, khuấy liên tục, cho đến khi hơi đặc lại, từ 2 đến 3 phút; nêm muối và hạt tiêu cho vừa ăn.

e) Khuấy bông cải xanh, kem chua, thịt gà, ½ chén pho mát và cơm. Nếu đóng băng soong để sử dụng sau, hãy dùng lại ở đây và chuyển sang bước 7. Nếu không, hãy rắc ½ chén pho mát còn lại.

f) Chuyển chảo vào lò nướng và nướng cho đến khi soong sủi bọt và đun nóng trong 20 đến 22 phút. Phục vụ ngay lập tức, trang trí với rau mùi tây nếu muốn.

g) Đông cứng.

99. Súp tortilla gà và quinoa

Thành phần

dải tortilla nướng

- 4 bánh ngô, cắt thành dải mỏng
- ½ muỗng cà phê bột ớt, hoặc nhiều hơn để hương vị
- Muối Kosher và hạt tiêu đen mới xay, để nếm thử
- 1 muỗng canh dầu ô liu

Canh

- 1 pound ức gà không xương, không da
- Muối Kosher và hạt tiêu đen mới xay, để nếm thử
- 3 tép tỏi, băm nhỏ
- 1 củ hành tây, thái hạt lựu
- 1 ớt chuông xanh, thái hạt lựu
- 2 muỗng canh tương cà chua
- 1 thìa ớt bột
- 1 ½ muỗng cà phê thì là xay
- 1 muỗng cà phê oregano khô
- 8 chén nước dùng gà

- 1 (28-ounce) lon cà chua thái hạt lựu
- 1 (15-ounce) lon đậu đen, để ráo nước và rửa sạch
- 1 ½ chén hạt ngô (đông lạnh, đóng hộp hoặc rang)
- ½ chén hạt diêm mạch
- Nước cốt của 1 quả chanh
- ½ chén lá ngò tươi xắt nhỏ
- Trang trí tùy chọn: phô mai cheddar bào nhỏ, hành tím băm nhỏ, ớt jalapeño thái mỏng, lá ngò

Hướng

a) ĐỐI VỚI CÁC DẢI TORTILLA: Làm nóng lò ở nhiệt độ 375 độ F. Bôi nhẹ một tấm nướng hoặc phủ một lớp chống dính.

b) Trải các dải bánh tortilla thành một lớp trên khay nướng đã chuẩn bị sẵn; nêm bột ớt, muối, hạt tiêu và phủ bằng bình xịt chống dính. Nướng cho đến khi giòn và vàng, từ 10 đến 12 phút, khuấy nửa chừng; Đặt sang một bên và để nguội.

c) Đun nóng dầu ô liu trong nồi lớn hoặc lò Hà Lan trên lửa vừa. Nêm gà với muối và hạt tiêu. Cho thịt gà vào nồi và nấu cho đến khi chín vàng, mỗi mặt từ 2 đến 3 phút; di chuyển một cái đĩa và đặt sang một bên.

d) Thêm tỏi, hành tây và ớt chuông vào nồi và nấu, thỉnh thoảng khuấy, cho đến khi mềm, từ 3 đến 4 phút. Khuấy bột cà chua, bột ớt, thìa là và oregano và nấu cho đến khi có mùi thơm, khoảng 1 phút. Cho thịt gà vào xào cùng với nước dùng, cà chua, đậu đen và ngô. Đun sôi; giảm nhiệt và đun nhỏ lửa, không đậy nắp, cho đến khi gà mềm và chín trong 20 đến 25 phút. Lấy gà ra khỏi nồi và xé nhỏ, sử dụng hai cái nĩa.

e) Cho thịt gà đã xé nhỏ trở lại nồi cùng với quinoa và đun nhỏ lửa, không đậy nắp, cho đến khi quinoa mềm, từ 15 đến 20 phút. Khuấy nước cốt chanh và rau mùi và nêm muối và hạt tiêu cho vừa ăn.

f) Phục vụ ngay với các dải bánh tortilla đã nướng và trang trí thêm nếu muốn.

100.   Bánh tamale Thổ Nhĩ Kỳ với lớp vỏ bánh ngô

Thành phần

đổ đầy

- 1 muỗng canh dầu ô liu
- ức gà tây xay 1 pound
- 2 tép tỏi, băm nhỏ
- 1 củ hành tây, thái hạt lựu
- 1 hạt tiêu poblano vừa, bỏ hạt và thái hạt lựu
- 2 thìa cà phê ớt bột
- 1 muỗng cà phê oregano khô
- $\frac{3}{4}$ muỗng cà phê thì là
- Muối Kosher và hạt tiêu đen mới xay, để nếm thử
- 2 (14,5-ounce) lon cà chua hầm kiểu Mexico
- 1 chén hạt ngô
- 2 muỗng canh lá ngò tươi xắt nhỏ

Vỏ bánh ngô Cheddar-ngò

- $\frac{1}{2}$ chén bột ngô vàng
- $\frac{1}{4}$ chén bột mì đa dụng

- 1 muỗng cà phê bột nở

- ¼ muỗng cà phê muối kosher

- ¾ cốc bơ sữa ít béo

- 1 trứng lớn

- 1 muỗng canh bơ không ướp muối, tan chảy

- ¾ chén phô mai cheddar sắc nét cắt nhỏ

- ¼ chén lá ngò tươi xắt nhỏ

Hướng

a) Làm nóng lò ở nhiệt độ 425 độ F. Thoa nhẹ dầu ramekins 6 (10 ounce) hoặc phủ bằng bình xị t chống dính.

b) ĐỂ LÀM MÓN: Đun nóng dầu ô liu trong chảo lớn trên lửa vừa và cao. Thêm gà tây xay, tỏi, hành tây và poblano. Nấu cho đến khi gà tây chín vàng, từ 3 đến 5 phút, đảm bảo nghiền nát gà tây khi nấu. Khuấy bột ớt, lá oregano và thì là; Nêm với muối và hạt tiêu. Đánh tan mỡ thừa.

c) Cho cà chua vào khuấy đều và dùng thìa nghiền nát chúng. Đun nhỏ lửa và cho ngô và rau mùi vào khuấy đều. Chia hỗn hợp vào các ramekins đã chuẩn bị.

d) ĐỐI VỚI LỚP: Trộn bột ngô, bột mì, bột nở và muối trong một bát vừa. Trong một cốc đo thủy tinh lớn hoặc một bát khác, đánh đều sữa bơ, trứng và bơ. Đổ hỗn hợp ướt lên các nguyên liệu khô và khuấy đều bằng thìa cao su cho đến khi ẩm. Thêm pho mát và rau mùi, và nhẹ nhàng quăng để kết hợp.

e) Phủ đều hỗn hợp vỏ bánh lên trên phần nhân trong ramekins. Đặt lên khay nướng và nướng cho đến khi có màu vàng nâu và lớp vỏ cứng lại, khoảng 25 phút. Để nguội 10 phút trước khi dùng, trang trí thêm bằng lá ngò.

f) ĐỂ ĐÔNG LẠNH: Không làm vỏ bánh cho đến ngày phục vụ. Chuẩn bị phần nhân cho đến cuối bước 3, sau đó dùng màng bọc thực phẩm bọc chặt từng chiếc ramekin. Đóng băng lên đến 3 tháng. Để phục vụ, loại bỏ bọc nhựa. Đậy các ramekins bằng giấy nhôm và nướng ở nhiệt độ 425 độ F trong 45 phút trong khi bạn làm vỏ bánh. Đậy nắp ramekins và phủ hỗn hợp vỏ bánh lên trên. Nướng thêm 20 đến 30 phút, cho đến khi chín hoàn toàn.

PHẦN KẾT LUẬN

Ăn uống đúng cách không chỉ là nói không với những thứ không tốt cho sức khỏe mà còn là nói đồng ý với thực phẩm thay thế ngon không kém đã được chuẩn bị sẵn và đang chờ bạn.

www.ingramcontent.com/pod-product-compliance
Lightning Source LLC
Chambersburg PA
CBHW070648120526
44590CB00013BA/878